சொல்லக் கூடாத உறவுகள்

சொல்லக் கூடாத உறவுகள்

சசிகலா பாபு (பி. 1980)

மொழிபெயர்ப்பாளர்

கவிஞரும், மொழிபெயர்ப்பாளருமான சசிகலா பாபு சென்னையைப் பூர்வீகமாகக் கொண்டவர்.

இவருடைய கவிதைத் தொகுப்புகள்: ‘ஓ. ஹென்றியின் இறுதி இலை’, ‘மறையத் தொடங்கும் உடல்கிண்ணம்’

இவரது மொழிபெயர்ப்புகள்:

வார்த்தைகளில் ஒரு வாழ்க்கை, பெர்சியாவின் மூன்று இளவரசர்கள், சூன்யப் புள்ளியில் பெண், பாஜக எப்படி வெல்கிறது?, குளிர்மலை, வாக்குறுதி, ஒரு கடல் இருநிலம், அமாவும் பட்டுப்புறாக்களும், சோற்றுப்பாடு, பரத்தைத் தொழிலில் ஒரு படித்த பெண்.

இது இவரது எட்டாவது மொழிபெயர்ப்பு.

மின்னஞ்சல்: sasikala.babu@yahoo.com

சூசன் ஹாதோர்ன்

சொல்லக் கூடாத உறவுகள்

தமிழில்
சசிகலா பாபு

காலச்சுவடு பதிப்பகம்

அன்பார்ந்த வாசகருக்கு,

வணக்கம்.

காலச்சுவடு நூலை வாங்கியமைக்கு நன்றி.

நூலின் உள்ளடக்கம், உருவாக்கம், அட்டைப்படம் இன்ன பிற அம்சங்கள் பற்றிய உங்கள் கருத்துகளையும் ஆலோசனைகளையும் காலச்சுவடு வரவேற்கிறது. தகவல், எழுத்து, வாக்கியப் பிழைகள் தென்பட்டால் அவசியம் தெரிவித்து உதவுங்கள். நூல் தயாரிப்பில் கடும் குறைபாடு இருப்பின் மாற்றுப் பிரதி உங்களுக்குக் கிடைக்கக் காலச்சுவடு ஏற்பாடு செய்யும்.

மின்னஞ்சல்: publisher@kalachuvadu.com

காலச்சுவடு நாகர்கோவில் அலுவலகத்திற்குக் கடிதம் அனுப்பலாம்.

தங்கள்
எஸ்.ஆர். சுந்தரம் (கண்ணன்)
பதிப்பாளர் – நிர்வாக இயக்குநர்

The translation of this book was funded by the Australian Federal Arts Body, the Australia Council for the Arts.

Dark Matters

© Susan Hawthorne 2017

First published in English Spinifex Press, Mission Beach, Australia.

சொல்லக் கூடாத உறவுகள் ❖ நாவல் ❖ ஆசிரியர்: சூசன் ஹாதோர்ன் ❖ தமிழில்: சசிகலா பாபு ❖ முதல் பதிப்பு: டிசம்பர் 2022, மூன்றாம் பதிப்பு: டிசம்பர் 2024 ❖ வெளியீடு: காலச்சுவடு, 669, கே.பி. சாலை, நாகர்கோவில் 629001

collak kuuTaata uRavukaL ❖ Novel ❖ Author: Susan Hawthorne ❖ Tamil Translation from English by Sasikala Babu ❖ Language: Tamil ❖ First Edition: December 2022, Third Edition: December 2024 ❖ Size: Royal ❖ Paper: 18.6 kg maplitho ❖ Pages: 224

Published by Kalachuvadu, 669, K.P. Road, Nagercoil 629001, India ❖ Phone: 91-4652-278525 ❖ e-mail: publications@kalachuvadu.com ❖ Printed at Compuprint Premier Design House, Chennai 600086

ISBN: 978-93-5523-240-3

சிலியின் *கான்சுவெலோ ரிவெரா புயந்தஸ்*
உகாண்டாவின் *கிறிஸ்டின்*
ஆஸ்திரேலியாவின் X
மற்றும்
சித்திரவதைக்கு ஆளானவர்கள்,
படுகொலை செய்யப்பட்டவர்கள்,
வரலாறு அழிக்கப்பட்டவர்கள்,
ஆவணமாகாமல் விடப்பட்டவர்களான லெஸ்பியன்கள்
பலரின் தூண்டுதலினால் எழுதப்பட்ட நாவல் இது.

எழுது, எழுது அல்லது செத்துப்போ.

— ஹெச்.டி., 1960

உடலுக்கும் நினைவுகள் உண்டு, வலி, நமது கனவுகளின், நமது கொடுங்கனவுகளின் ஒரு பகுதியாக மாறிவிடுகிறது...

— கான்சுவெலோ ரிவெரா புயந்தஸ், 2001

'நம்பிக்கை' என்பது சிறகுகள் கொண்டது –
ஆன்மாவில் இளைப்பாறுவது –
வார்த்தைகளின்றிப் பண் இசைப்பது –
எப்போதும் நிறுத்தாது – எப்போதுமே.

— எமிலி டிக்கின்ஸன், 1861

லூனா குரைத்துக்கொண்டே என்னைத் தாண்டி வாசலை நோக்கி ஓடினாள்.

ஜோஸ் வாசலிலிருந்து கத்தினான், "மெர்சிடிஸ். நான்தான். உள்ளே வரலாமா?"

நாற்காலியைவிட்டு எழுந்தேன். நான் வாசலுக்குச் சென்று சேரும்வரை அவன் அங்கேயே நின்றுகொண்டிருந்தான்.

"வா, உள்ளே வா" என்றேன்.

"காபி குடிக்கிறாயா?"

"சரி கொடு, குடிக்க வேண்டும்போலத்தான் இருக்கிறது."

வெளியே சென்று காற்று வாங்கவும் சுற்றும் பார்க்கவும் வசதியாகச் சாய்வுபெஞ்சில் உட்கார்ந்துகொண்டோம். கடலை நோக்கினோம். வழக்கமான பருந்தொன்று சட்டென்று பார்வையில் வந்திறங்கியது. வெண்மார்புடன், ஒரு ரகசியப் போர்வீரனைப்போல ஓசையின்றி. எப்போதும் கலகலப்பாக இருக்கும் ஜோஸ் இன்று ஏனோ அமைதியாக இருந்தான். அவன் எதற்காக ஒரு முழுநாள் பயணித்து என்னைக் காண வந்திருக்கிறான் என யோசித்தபடி இருந்தேன்.

"கேத்தை விடுவித்து விட்டார்கள்" என்றான் அவன் எடுத்த எடுப்பில், நான் சுதாரித்துக்கொள்வதற்கு முன்னால்.

நான் எதுவும் பேசவில்லை.

ஜோஸ் என்னைப் பார்த்தான். பதிலுக்கு நானும் பார்த்தேன். நான் இனிமேல் எதற்கும் பயப்படுவதற்கில்லை.

"அவள் ஏதோ தெரிந்துகொள்ளவும், சிலரைத் தொடர்பு கொள்ளவும் விரும்புகிறாள்" என்றான்.

"இவ்வளவு சீக்கிரமாகவா?" என் மனம் கரைந்தது, கிட்டத்தட்ட உடைந்தே போனது. 'அழாதே, பதிலே பேசாதே,' எனக்கு நானே சொல்லிக்கொண்டேன். அவனிடமிருந்து முகத்தைத் திருப்பிக்கொண்டேன்.

"அவளுக்கு நீ கடன்பட்டிருக்கிறாய், மெர்சி."

"என்ன கடன்பட்டிருக்கிறேன்?"

"ஒரு கதையை."

“ஏன்?”

“அவள் என்ன பாடுபட்டிருக்கிறாள் என்று உனக்குத் தெரியாது.”

“தெரியாதுதான். உனக்குத் தெரியுமா?”

“உண்மையைச் சொல்வதென்றால் ஓரளவு தெரியும். அவள் ரொம்பப் பேச விரும்பவில்லை. அதுவும் இப்போது பேசுவது அவளுக்கு மிகுந்த வலியைத் தருவதாக எனக்குத் தோன்றுகிறது.”

“அப்படியென்றால் என்னிடம் ஏன் சொல்ல வேண்டும்? இதில் உன்னையும் ஏன் இழுக்கிறாள்? அவள் இதுபற்றி என்னிடம் எதுவும் பேசவில்லை, அந்தப் பேச்சை விடு.”

“இந்த விஷயத்தில் அவள் வெகு எச்சரிக்கையாக இருக்க விரும்புகிறாள் என்பது உனக்கும் தெரியும்.”

காற்று வேகமெடுத்தது, கடலுக்கும் எங்களுக்குமிடையே இருந்த மரங்களின் இலைகள் காற்றில் படபடத்துக்கொண்டன. கோப்பையின் அடியில் எஞ்சியிருந்த கருப்பு காபியினூடாக எதையோ பார்ப்பதுபோல அவன் அதன் உள்ளே வெறித்துக்கொண்டிருந்தான்.

“கேத்திடம் எதாவது சொல்லணுமா?”

“இல்லை.”

“அவளைப் பார்க்க நீ விரும்பவில்லை என்பது புரிகிறது, இருந்தாலும்..”

“அவளை மட்டுமல்ல, வேறெவரையுமே இப்போது சந்திக்கும் நிலையில் நானில்லை. சாண்டியாகோவிலும் கான்செப்சியானிலும் நடந்தது நினைவிருக்கிறதா? கார்மெனுக்கு நடந்தது? அவளுக்கு அதெல்லாம் பெரிய விஷயமாகத் தெரியவில்லை. கேத்துக்கு அதை நினைவுபடுத்து, புரிகிறதா?”

“மெர்சி, என்னை முழுதாகப் பேசவிடு. அவளைப் பார்க்க நீ விரும்பவில்லை என்பது புரிகிறது, நீ மனது மாறி ஏதாவது அவளிடம் சொல்ல விரும்பினால் என்னிடம் சொல், சொல்கிறேன். சரியா?”

“ஹ்ம்ம்... சரி” பெருமூச்செறிந்தேன்.

அவன் நாற்காலியிலிருந்து எழுந்த லாவகத்தைப் பார்த்துத் திகைத்துப்போனேன்; அவன் உடலின் அனைத்து பாகங்களும் எப்படி இவ்வளவு ஒத்திசைவாக இயங்குகின்றன?

“நான் வழக்கமாகத் தங்கும் அறையிலேயே தங்கிக்கொள்ளவா? நானே போய்க்கொள்கிறேன், கண்ணைக் கட்டிவிட்டால்கூடப் போய் விடுவேன்” என்றான்.

தான் கொண்டுவந்த பைகளை எடுத்துக்கொண்டு தோட்டத்தைக் கடந்து சென்றான். நான் கடலின் தூரத்துத் தொடுவிளிம்பைப் பார்த்தபடி அமர்ந்திருந்தேன், என் மனம் கொந்தளித்துக்கொண்டிருந்தது.

தேசி

நேற்றிரவு தொலைக்காட்சி பார்த்துக்கொண்டிருந்த போது, கேத்தின் பக்கத்து வீட்டில் முன்பு வசித்த 'ஆல்மா பொக்கா'தான் அதில் நான் பார்த்த சினிமாவை இயக்கியவரோ எனத் தோன்றியது. அது உண்மையென்றால், இந்தத் தெருவில் ஒரே சமயத்தில் மூன்று அதிசயமான பெண்கள் – சினிமா இயக்குநர் மிசஸ் ஆல்மா பொக்கா, சரணாலயத்தில் விலங்குகளைப் பராமரித்த மிசஸ் ஜோகன்சன், சுற்றுச்சூழல் பாதுகாவலரும் கலைஞருமான மிசஸ் கார்டினர் – வசித்திருக்கிறார்கள். அவர்கள் அனைவருமே ஓர்பால் ஈர்ப்பாளர்களான லெஸ்பியன்களா? மிஸ் என்ற வார்த்தை அதிகம் புழங்காத காலம். இப்போதிருப்பதைப்போல இப்பகுதி நாகரிகம் கொஞ்சும் புறநகராக அப்போது இல்லைதான். ஆனால் லெஸ்பியன்கள் அப்போதே இங்கு குடிபுகுந்து விட்டார்கள்.

லெஸ்பியன்களின் கதையே இப்படித்தான், கொஞ்சம் கொஞ்சமாய்ப்புதிர் விலகும்துப்பறியும் கதை,அதன் பக்கங்களில் பாதி உதிர்ந்துபோயிருக்கும், மீதியோ படிக்கமுடியாதபடி அழிந்துபோயிருக்கும். துண்டுகள்தான் நமக்கு மிஞ்சியிருக்கும். இந்தக் கதையும் துண்டுதுண்டாகத்தான் சொல்லப்பட்டுள்ளது; என்னால் ஒட்டவைக்க முடிந்த துண்டுகள். என் பெயர் தேசி, தன்னைக் கவனிக்க வேண்டும் என்று நினைக்கும்போது எகேத்தரீனா எனும் தன் இயற்பெயரைக் கூறிய கேத்தின் அக்காள் மகள் நான்.

கேத் சித்தி ஒரு லெஸ்பியன், அவருக்கு முன்பு அவருடைய சித்தி அப்படியிருந்தார். அவருக்கும் முன்பு, யாருக்குத் தெரியும்? கேத்தின் சித்தி யூடி நாட்டைவிட்டுத் துரத்தப்பட்டார், அவரைப்போன்ற பலரையும்போல அவரும் எந்தச் சுவடுமின்றி மறைந்துபோனார். ஆனால் கேத் அப்படியல்ல, நிறைய எழுதிக் குவித்துவிட்டுத்தான் போனார், ஆனால் அதில் பெரும்பகுதி கம்ப்யூட்டரில் பதியப்படவில்லை,

சில துண்டுதுண்டாகப் பிரசுரிக்கப்பட்டன, சிறு சிறு பத்திரிகைகளில் பிரசுரமாகின, இந்த துண்டுகளையெல்லாம் ஒன்றுசேர்க்க முடியாதபடி அவை எங்கெங்கெல்லாமோ பிரசுரமாகியிருந்தன.

உனக்கென்ன இதில் அக்கறை, போயும் போயும் சில கிழட்டு லெஸ்பியன்கள் எழுதியதை யார் படிப்பார்கள், நீங்கள் கேட்கலாம். சொன்னால் ஆச்சரியப்படுவீர்கள், நான் படித்தேன். படித்ததில் பாதியை என்னால் நம்பவே முடியவில்லை. ஓ, இதெல்லாம் எனக்கு எப்படிக் கிடைத்தது எனச் சொல்ல மறந்துவிட்டேனே. என் முதிர்கன்னிச் சித்தி, அதான் அந்தக் கிழட்டு லெஸ்பியன் எனக்காக நிறையப் பெட்டிகளையும் சில புத்தகங்களையும் கொஞ்சம் நாட்குறிப்புகளையும் விட்டுச்சென்றிருக்கிறார். அத்துடன் அவர் வீட்டையும். இதையெல்லாம் என்ன செய்வது? யோசித்தேன். என்ன செய்வதெனத் தெரியாமல் அவற்றைப் பின்பக்க அறையில் போட்டுவைத்தேன். ஒருநாள் வீடு முழுவதும் சுத்தம் செய்தபோது இதையெல்லாம் தூக்கிக் குப்பையில் வீசப்போனேன். அதற்குமுன் அதிலிருந்த சில பக்கங்களைப் படித்துப்பார்க்கலாமே என உட்கார்ந்தவள் அசந்துபோய்விட்டேன். முழுக்கப் படிக்கவில்லை என்றாலும் கொஞ்சம் படித்ததே அவற்றில் எதை வைத்துக்கொள்வது எதைத் தூக்கிப்போடுவது எனப் பிரிக்கும் வரையிலாவது அவற்றையெல்லாம் வைத்துக்கொள்ள வேண்டும் என்று என்னை எண்ணவைத்துவிட்டது.

முதல் பெட்டியைத் திறந்து படிக்கத் துவங்கி மூன்றாண்டுகள் முடிந்ததும், அடுத்து நான் என்ன செய்ய வேண்டும் என்பது பிடிபட்டது. படைப்பிலக்கியத்தில் பட்டப்படிப்பில் சேர விண்ணப்பித்தேன். பெண்கள், குறிப்பாக, வாரிசில்லாத பெண்கள் தமது நினைவுக்குறிப்புகளை வழிவழியாக எப்படியெல்லாம் கடத்தினார்கள் என்பதைக் கண்டறியப் போகிறேன் – இப்படி எதையோ சாக்காக விண்ணப்பத்தில் குறிப்பிட்டிருந்தேன். *நேர்வாரிசில்லாதவர்களின் வம்ச வரலாறுகள்* என்று அதற்குப் பெயரிட்டேன்.

நான் நினைத்ததை விடவும் கேத் – மெர்சிடிசின் கதை ரொம்ப சுவாரசியமாக இருந்தது. மெர்சிடிசின் பக்கமிருந்து பெரிதாக ஒன்றுமில்லை, சில கடிதங்கள் மட்டுமே. மற்றது எல்லாம் கேத்தினுடையது, எகேத்திரீனா என்ற பெயரிலும் அவர் எழுதியிருந்தார்.

என்ன பிரச்சினையென்றால் – தேர்வாளரிடம் இதைச் சொல்லி விடாதீர்கள் – எழுதுவது நானா அவரா? அல்லது அவர்களா? என எனக்கே சமயங்களில் தெரிவதில்லை. இதெல்லாம் ரொம்ப விசித்திரம்.

> பண்டைய காலத்தில் எழுத்துமுறை பலவிதங்களில் இருந்தது. கிரேட்டில் அது அவர்களின் உழவுமுறையான பூஸ்ட்ரோபெடன் போல இருந்தது.

என்ன இழவு இந்த பூஸ்ட்ரோபெடன்? பசுக்கள் சம்பந்தப்பட்ட ஏதோவொன்று எனத் தெரிந்தது. கேத்திற்குப் பசுக்கள் என்றால் ரொம்பப் பிடிக்கும். அங்கே பார்த்தாலும் பசுக்கள். இங்கே பார்த்தாலும் பசுக்கள். ஆயிரம் ஆண்டுகளுக்கு முன்பு கிரேட்டில் வாழ்ந்த பசுக்கள் இவை.

வயல்காட்டில் (அவர்தான் விவசாயப்பெண் ஆயிற்றே) இவை வளைந்து நெளிந்த நீண்ட இணைகோடுகளை (கொஞ்சம் சித்திவழி எனக்குக் கிடைத்த சொத்தைப்போல) முன்னும் பின்னுமாகச் சாலிட்டு நடக்கும். பழங்கால கிரேட்டன்கள் எழுதுமுறைக்கும் இதையே கொண்டுவந்துவிட்டார்கள்.

முன்னும்பின்னுமாகப்பக்கத்தைத்தொடர்ந்
ள்கங்நீகுறபிகுற்தஅதுத்டிபல்மடாவிரிவருஓது
அடுத்தவரிவந்ததும்பின்வசமாகப்படித்தீர்களென்
எள்கங்நீள்கர்வீடுவிகினாரகாக்டிட்கெல்றா
ப்படியும்படிப்பதற்கு.

நான் சொல்வது புரிகிறதா! இது எளிய காரியமில்லை. எது எப்படியோ இந்த முன்பின் சங்கதி அவரைக் கவர்ந்திருக்குமென்று நினைக்கிறேன். காலத்தில் முன்னும் பின்னும் நகர்வதைப்போல. அவர் ஒரே இடத்தில் இருந்ததே கிடையாது. இருபதாம் நூற்றாண்டின் இறுதியிலும் இருப்பார், இன்றிலிருந்து ஐந்தாயிரம் ஆண்டுகளுக்கு முன்பும் செல்வார். அவரைத் தெரிந்துகொள்வது வானிலையைக் கணிப்பதைப்போல. சில சமயங்களில் சரியாகச் சொல்லிவிடலாம், பல நேரங்களில் முடியாது.

மெர்சிடிஸ் தனது முன்னோர்களின் கதைகளை என்னிடம் சதா சொல்லிக்கொண்டே இருப்பாள். ஏனென்றால் அவளது குடும்பம் பெட்டி மூட்டைமுடிச்சுகளுடன் மெல்போர்னுக்குக் குடிவந்தபோது ஒட்டுமொத்தக் குடும்பத்தையும் உடன் கொண்டுவந்துவிட்டார்கள் – இப்போதைய தலைமுறையை மட்டுமல்ல நூற்றுக்கணக்கான வருடங்களுக்கு முந்தையவர்களையும்தான். காலைச் சிற்றுண்டிக்கு முன்னர் முடிக்க வேண்டிய ஏழு அருங் காரியங்களில் அதுவும் ஒன்றென்பதுபோல அவள் தனது முன்னோர்களைப் பற்றி ஏதாவது பேசிக்கொண்டே இருப்பாள். அவர்கள் கொண்டுவந்த பெட்டிகளில் இரத்த உறவுகளின் எலும்புகளும் இதயங்களும் நுரையீரல்களும் மண்ணீரல்களும் சடசடத்தன.

என் கதை வேறு. என் குடும்பத்தார் தம் நினைவுகளை யெல்லாம் கிரேட்டின் தொலைதூரக் கிராமங்களிலேயே விட்டு வந்துவிட்டார்கள். இரண்டு தலைமுறைகள் பின்னோக்கி ஆராயும்போதே எனக்கு வழிதவறிப் போய்விடும். அவர்களின் பெயர்கள் தெரிந்திருக்கும், ஆனால் என்ன உறவு எனத் தெரியாது. ஊர்விட்டு ஊர் வருவதில் உள்ள இழப்புகளில் இதுவும் ஒன்று. ஏழு மகள்களில் என் பாட்டியும் ஒருவர் – நல்லபடியான துவக்கம்தான். ஏழு கிரேக்க பிளைடீய சகோதரிகளைப்போல. அவர்களைப்பற்றி எனக்குத் தெரிந்ததைக் கூறுகிறேன்.

ஆலி, மூத்தவர். கிரேட்டின் மலைப்பகுதியில் அவர்கள் வளர்ந்தார்கள். ஆலிக்கு மீன்கொத்தியைப்போலக் கூர்மையான பார்வை. வாசற்கதவின் அருகே அமர்ந்து எனக்கும் தன் பெண்ணுக்கும் கிங்காம் உடைகளைத் தைப்பவராக அவர் என் நினைவில் நிற்கிறார். வெள்ளை குறுக்குத்தையல் போட்ட சிவப்பு கிங்காம் அவர் பெண்ணுக்கு; வெள்ளை குறுக்குத்தையல் போட்ட நீல கிங்காம் எனக்கு. அவர் 1920களில் ஐரோப்பாவை வலம்வந்தார். அவர் கலந்துகொண்ட ஆர்ப்பாட்டமான சந்திப்புகளெல்லாம் அடுத்த போர் மட்டும் வராமல் இருந்திருந்தால் உலகையே மாற்றியிருக்கக் கூடியவை. போர் வந்தது, உலகம் மாறியது. பலர் செத்தார்கள், ஜெர்மானியர்கள் கையில் சிக்கிவிடக்கூடாதெனப் பலர் குகைகளில் ஒளிந்துகொண்டார்கள்.

லெக்கா, ஒளிவீசும் வட்ட நிலா முகம் கொண்டவர். என் பெரியம்மாக்கள் சித்திகள், பெரியப்பா சித்தப்பாமார்களைக் காண நாங்கள் கிரீசுக்குச் சென்றபோது அவரைப் பார்த்தேன். வயதாகி, கோதுமைக் கதிர் போலப் பலவீனமாய் இருந்தார். படுக்கையிலேயே கிடந்தார், மௌனமாக. பேச்சில்லை, படுக்கையருகே அமர்ந்திருந்த சிறுமியிடம் பகிர்ந்துகொள்ள அவரிடம் நினைவுகள் ஏதுமில்லை.

மூன்றாம் சகோதரி மைய்யா, தேர்ந்த கதைசொல்லி. மைய்யா, அவர்தான் என் பாட்டியார். அவரைப்பற்றி எவ்வளவோ சொல்லலாம், ஆனால் கொஞ்சம்தான் சொல்லமுடிகிறது. அவரை நினைத்தாலே எனக்கு உணர்ச்சி பொங்கிவிடுகிறது. குத்துச்சண்டை பார்க்கும் வழக்கம் கொண்டவர். இராக்லியானில் வசித்தார். அவர் என்னருகில் உட்கார்ந்திருந்த நினைவு இருக்கிறது. அங்கிருந்தபோது எனக்கு அம்மைக்கட்டு வந்திருந்தது. அப்போது அவர் எனக்குக் கதைகள் சொல்லியிருக்க வேண்டும், அப்படித்தான் எனக்கு ஞாபகம். நாங்கள் ஒரு வருடம் அங்கே தங்கிவிட்டு ஆஸ்திரேலியாவிலிருந்த பண்ணைக்குத் திரும்பினோம். அப்பா சில மாதங்கள் மட்டும் கூட இருந்துவிட்டு, அவரில்லாமல் அறுவடை ஒழுங்காக நடக்காது என்பதால் திரும்பிப் போய்விட்டார்.

அடுத்தவர் டிக்கி, புத்தக வாசகி, மான்போல் அமைதியானவர், அதன் பின்னால் தனது புத்திசுவர்மையை மறைத்திருந்தார். டிக்கி, கலைஞனும் படகுக்காரனுமான லௌகாசின் அம்மா, தனது சிறு சமையலறையில் நிற்பது மனதில் தோன்றுகிறது. *Ballet* என்ற சொல்லை பாலேட் என்று சொல்லாமல் பாலே என்று ஏன் சொல்கிறோம் என்பதை எனக்கு விளக்கிக்கொண்டிருக்கிறார். லௌகாஸ் கோடைகாலத்தில் எங்களை அவரது படகில் கடலின் ஒருமுனையிலிருந்து மறுமுனை வரைக்கும் கூட்டிச்செல்வார், சில சமயங்களில் சந்தோரினி நிலாக்கரை வரைகூடச் செல்வோம்.

குடும்பத்தின் புதிர்களில் ஒருவர் மரி, மலைப்பகுதியிலிருந்து கடல்பகுதிக்கு இறங்கிவந்தவர். சகோதரிகளிலேயே இவர் ஒருவர் மட்டும்தான் எப்போதும் சோகமாகவே இருப்பார். அவரிடம் பழைய கால அம்சம் ஒன்றிருந்தது – அவர் அணியும் பருத்தி ஆடைகளின் நீளம் சற்று அதிகம். எனக்குப் பிடிபடாத ஏதொவொரு உணர்ச்சி அவரது முகத்தில் இருக்கும். நல்ல நகைச்சுவையுணர்வு கொண்ட மாலுமி ஜியானீசுடன் அவர் ஒட்டி உறவாடினார். சிறிய வீட்டில் தங்கை கேல்லியோடு வசித்து வந்தார், கேல்லியின் ஆரவாரமான பேச்சு மரியையும் தொற்றியிருக்க வேண்டும். நாங்கள் ஆஸ்திரேலியாவிற்குக் கிளம்புவதற்குக் கொஞ்சம் காலம் முன்பு அவர் ஜியானீசைத் திருமணம் செய்துகொண்டார்.

எல்லோருக்கும் கடைசித் தங்கை, அரட்டையும் சிரிப்புமாக இருப்பவர் கண்ணழகி கேல்லி. கேல்லியை எனக்கு ரொம்பப் பிடிக்கும். அவர் குரல் இப்போதும் என் உயிருக்குள் அதிர்கிறது. ஆழமாய்த் தெளிவாகக் கேட்கிறது. நாங்கள் கிரேட்டில் இருந்தகாலத்தில், முதல் சில மாதங்கள் அப்பாவும் அம்மாவும் சில நாட்கள் அல்லது ஒரு வாரம் எங்களை விட்டுச்சென்றபோது – எங்கு போனார்களோ, என்ன செய்தார்களோ, யாருக்குத் தெரியும் –

நாங்கள் கேல்லியோடும் மரியோடும் (இந்த வரிசைமுறையில்தான்) பல இரவுகளில் தங்கினோம். அது எங்களின் சொர்க்கம். கடற்கரைக்குக் கூட்டிச் செல்வார்கள், அங்கு நீந்துவோம், விளையாடுவோம். கேல்லியும் கல்யாணம் செய்துகொண்டார். ஒரு பெல்ஜியரை, அவரது பெயர் நினைவில்லை. அவர் ஆப்பிரிக்காவில் பல வருடங்கள் இருந்தவர், கோடையில் தன் கலைக்கூடத்திற்கு வரும் சுற்றுலாப்பயணிகளுக்காக அங்கிருந்து அரும் கலைப்பொருட்களையும் செதுக்கிய மரவேலைப்பாடுகளையும் கொண்டுவருவார். அவையெல்லாம் திருட்டுப் போய்விட்டனவா?

கிரீஸில் நாங்கள் இருந்த கடைசிக் கோடையின்போது ஓர் ஓவியத்தைப் பார்த்ததாக நினைவு. பெல்ஜியரிடமிருந்துதான் அது வந்திருக்க வேண்டும். வண்ணங்கள் தீட்டிய கோழியின் பிரம்மாண்ட ஓவியம். இந்தக் கோழி பெல்ஜியக் கோழியாக இருக்க வேண்டும், நவநாகரிகமாய், நேர்த்தியாய் இருக்கும் நகர்ப்புறக் கோழி. புழுதி பறக்கும் வெயில் காலத்தில் மூச்சிரைக்கத் தண்ணீர்த் தொட்டியைச் சுற்றிச் சுற்றி வரும் வத்தலும் தொத்தலுமான ஆஸ்திரேலியக் கோழி இல்லை இது. சனியாவின் நதிக்கரையோரம் இருந்த கேல்லியின் குடியிருப்பில் உலகின் பல பகுதிகளைச் சேர்ந்த ஓவியங்களும் கலைப்பொருட்களும் குவிந்திருந்தன. அவரை எனக்குப் பிடித்திருந்ததா என யோசித்துப் பார்க்கிறேன். அரசியல் நிலைப்பாட்டில் நாங்கள் இருவரும் எதிரெதிர் முனைகளில் இருந்ததாகவே நினைக்கிறேன்.

இனிச் சொல்ல வேண்டியவர் யூரிடைஸ் சித்தி, அவர் சிநேகிதிகளோடு காணாமல் போய்விடுவார். கடைசியில் எங்கேயோ ஒரேயடியாகக் காணாமல் போய்விட்டார், சகோதரிகள் அதன்பிறகு அவரைப் பார்க்கவே இல்லை. அவருடைய மூன்று போட்டோக்கள் இருக்கின்றன. ஒன்றில் தனியாக நின்றுகொண்டிருக்கிறார். அவ்வளவு சின்ன போட்டோவில் அவரது முகம் சரியாகத் தெரியவில்லை. நான் அவரைப் பார்த்தில்லை, எனவே 1920களின் ஆரம்பத்தில் பாரீசில் எடுத்த இரண்டாவது போட்டோவில் அனைத்துச் சகோதரிகளோடும் நின்றுகொண்டிருந்த அவரை என்னால் கண்டுபிடிக்க முடியவில்லை. அங்கே என்ன செய்துகொண்டிருந்தீர்கள்? வாழ்வை அனுபவித்துக்கொண்டிருந்தீர்களா? காதலனையோ துணையையோ தேடிக்கொண்டிருந்தீர்களா?

கடைசி போட்டோவில் உள்ளது பொட்டல்காடா அல்லது காற்று கலைத்துப்போட்ட இடமா என்று தெரியவில்லை, அங்கு யூரி இன்னொரு பெண்ணுடன் நின்றுகொண்டிருந்தார். யாரவள்?

ரூபி. போட்டோவில் யூரிடைசோடு இருக்கும் மர்மநபர் நீங்கள்தான். யூடியும் ரூபியும் எனக்கையொப்பமிட்ட கடிதத்திலிருந்து உங்கள் பெயரைத் தெரிந்துகொண்டேன்.

கிரேட்டை விட்டு நாங்கள் கிளம்பியதும், நான் அவர்களைத் தொலைத்துவிட்டேன். பெரிய பாட்டிகள் இருவர், சின்னப் பாட்டிகள் நால்வருமாக ஆறு பேர்களோடு என் பாட்டியையும் அப்போதே தொலைத்துவிட்டேன். எல்லாம் முடிந்துபோன கதைகள். ஆலிவ் பொறுக்க மலைப்பகுதிக்குப் போன நடைகள் போய்விட்டன. மைய்யாவின் பக்கத்தில்

உட்கார்ந்து அவர் ஆடுகளிலிருந்து பால்கறப்பதைப் பார்த்த பொன்னொளி வீசும் மதியப்பொழுதுகள் போய்விட்டன. என்னையும் அவர் சில சமயம் ஆட்டின் காம்புகளை இழுக்க விடுவதுண்டு. அவை சூடாய், மிருதுவாய் இருக்கும், எனக்கும் அப்போது உள்ளே ஏதோ கசக்கிப்பிழிவதைப்போல உணர்வேன் (அப்படித்தான் எனக்கு இருந்தது). ஒரே அடியில் ஒரு முழு உலகை நான் தொலைத்துவிட்டேன். ஒவ்வொரு கிறித்துமசுக்கும் பரிசுகள் வரும், என் உடலளவை அவர்கள் எப்படி ஞாபகம் வைத்திருந்தார்கள்? எனக்கு அப்போது எது பிடிக்கும் என்பது அவர்களுக்கு எப்படித் தெரிந்திருந்தது? பரிசுகளைச் சுற்றிய ஜிகினாப் பேப்பர்களும், வாழ்த்து அட்டைகளும் நிஜமாகவே எனக்குப் பாடிக்காட்டின. அடுத்தடுத்த வருடங்களில் அல்லது இரண்டு மூன்று வருடங்களுக்கு இடையில் சகோதரிகள் எண்ணிக்கையில் குறைந்துகொண்டே வர, கடைசியில் ஒரு வருடம் பரிசுகள் நின்றுவிட்டன, வாழ்த்து அட்டைகளும் இல்லை, ஜிகினாப் பேப்பர்களும் இல்லை.

மொழி நம்மை உருவாக்குகிறது. நாமும் மொழியை உருவாக்குகிறோம். நம்மையும். கேட்டு, கற்பனை செய்து, கண்டுபிடித்தால்.

என்னைக் கேளுங்கள். என் மொழியைக் கேளுங்கள். ஒரு காலத்தில் இது பறவைகளின் மொழியாக இருந்தது. அப்போது நீங்கள் இதைக் கேட்டீர்களா? இப்போது நீங்கள் இதைக் கேட்கிறீர்களா?

நான் இடத்துக்குப் பொருந்தாதவள். ஒருவேளை தனக்கென்று ஓர் இடம் இல்லாதவளோ! ஆனால் அப்படி இருக்கமுடியாதே! நிச்சயமாக ஒவ்வொருவருக்கும் ஓர் இடம் இருக்கிறதல்லவா? அப்படியானால் இந்தக் காலத்தில் இந்த இடமா?

மறுபடியும் முதலிலிருந்து ஆரம்பிக்கிறேன். முன்னொரு காலத்தில்… அதாவது ரொம்பக் காலத்துக்கு முன்னால். நம்மால் எண்ணிப்பார்க்கவே முடியாத தலைமுறைகளுக்கு முன்னால். மொழியின் முதல் சலனங்கள் நம் தொண்டையில் உயிர்பெற்ற காலம் அது. களகள சலசல ஓசைகள், சீழ்க்கை இவற்றோடு பாட்டும் பிறந்த காலம்.

பாட்டுதான் மொழியின் துவக்கமாக இருந்தது. பறவைகளைப்போலப் பாடினோம். பிறகு மெல்ல, மிக மிக மெல்ல, வார்த்தைகள் வடிவம் கொண்டன. நம் மூளையின் மின்னோட்டங்களால் வார்த்தைகள் உருவாகின. ஒவ்வொரு புதிய பாட்டோடும் கருத்துகள் எழுந்தன. இப்படியாக, நாங்களாகப் பாடிப் பாடி, எங்கள் இனங்கள் உண்டாகின.

நாள் 1

நான் எங்கிருக்கிறேன் என்று தெரியவில்லை. தலைவரையிலும் மறைக்கும் உடையில் அவர்கள் வந்தார்கள். கத்திக்கொண்டு, துப்பாக்கிகளை ஆட்டிக்காட்டியபடி. பூட்சுகளும் தலைமறைக்கும் ஜாக்கெட்டுகளும் அணிந்திருந்தார்கள். தலைமறைப்பு உடைக்குள் அவர்கள் வாயையும் எதனாலோ மறைந்திருந்தார்கள். பின்னாலிருந்து பார்ப்பதற்குக் கழுத்தில்லாத வேற்றுகிரகவாசிகள்போலத் தெரிந்தார்கள். தலைமறைப்பு முதுகுவரை இறங்கியிருந்தது. துப்பாக்கி வெடிச்சத்தம் கேட்டது. கழுத்தில்லாத ஒருவன் என் அழகான பிரியாவை ஒரு காலால் பிடித்துத் தூக்கினான், பழந்துணியை எறிவதுபோல நாயின் உடலைத் தரையில் போட்டான். மீண்டும் துப்பாக்கி வெடிச்சத்தம் கேட்டது. என் கண்ணெதிரிலேயே அவள் மெதுவாகத் தரையில் விழுந்தாள்.

நான் ஏன் இங்கிருக்கிறேன் என எனக்குத் தெரியவில்லை. இங்கு என்பது எங்கானாலும் சரி.

என்னை ஒரு வேனுக்குள் பிடித்துத் தள்ளினார்கள். உள்ளே தள்ளி வேன் கதவை அறைந்து சாத்தியபோது மீண்டுமொருமுறை துப்பாக்கிச் சத்தம் கேட்டது. மெர்சிடிஸ்? நான் பீதி அடைந்தேன், ரொம்பவும் பீதி அடைந்தேன். யார் எதற்கு என்று ஒன்றும் தெரியவில்லை. இதற்கு என்ன அர்த்தம் என விளங்கிக்கொள்ளவும் வழியில்லை. வேன் நெடுஞ்சாலையில் வெகுநேரம் சென்றது. மூன்று மணி நேரம் இருக்கலாம். அதன் பிறகு நூடுல்ஸ்போல இருந்த பாதையில் நாங்கள் செல்லத்துவங்கினோம். திசை பற்றி அதுவரை எனக்கு இருந்த கொஞ்சநஞ்ச உணர்வும் மறைந்துபோனது. கடைசியில் ஒரே குண்டும் குழியுமான குறுகிய தடத்தில் சென்றோம். குலுங்கிக் குலுங்கி வந்த வண்டி இப்போது தூக்கித் தூக்கிப் போட ஆரம்பித்தது. இங்கு வந்துசேர்வதற்குள் என் உடம்பு புண்ணாகிப்போனது. இங்கு என்பது எங்கானாலும் சரி. மீண்டும் சொல்கிறேன். எனக்கு அது தெரிய வேண்டும்.

வேன் கதவைத் திறந்து, என் தலைமீது கனமான துணியைப் போட்டார்கள். இருட்டாகத்தான் இருந்தது என்றாலும், தலைமறைப்பு என் கண்களை மூடுவதற்கு முன்னால் மேகங்களிடையே கொஞ்சம் வெளிச்சம் எனக்குத் தென்பட்டதென நினைக்கிறேன். அவர்களின் கைகள் என் கரங்களைப் பிடித்திழுத்தன, மீண்டும் என்னைத் தள்ளிச்சென்றன. அவர்கள் என்னை உள்ளே தள்ளியபோது ஒரு படியில் தடுமாறி விழப்போனேன். முதலில் என்னைத் தாக்கியது அங்கிருந்த நெடிதான். இப்போது வரையிலும் அது இருக்கிறது. மிருகங்களின் சிறுநீரும் பயமும் கலந்து வீசிய நெடி.

என்ன சொல்லிக்கொண்டிருந்தேன்? மொழி. எங்கிருந்து அது வந்தது? நான் முதலிலிருந்து துவங்க வேண்டும். என் இடத்தைத் தொலைத்தால் நான் மீண்டும் துவங்க வேண்டும். என் உறுதியைத் தொலைத்தாலும்.

ஒரு மலையில் சில பெண்கள் உட்கார்ந்திருப்பதைப் பார்க்கிறேன். நடுவில் சின்னதாய்த் தீ எரிகிறது. எதையோ சமைக்கிறார்கள். நல்ல மணம் என் நாசியை நிறைக்கிறது. அவ்வப்போது ஒலிக்கும் பறவையின் பாடலைத் தவிர நிசப்தமாக இருக்கிறது. ஒரு பெண் மற்றொருத்தியின் தோளில் தட்டிப் பாடல் வந்த திசையைக் கைகாட்டுகிறாள். அவள் தன் உதடுகளைக் குவித்து, காற்று நிரம்பிய விசித்திரமான ஒலியில் சீழ்க்கை அடிக்கிறாள். மற்றொருத்தியோ சிரிக்கிறாள். மெர்சிடீசும் அவர்களிடையே இருக்கிறாள். அவள் கண்கள் அவளுக்கே உரிய கரிய ஒளியோடு மினுங்குகின்றன. அவள் என்னைத் தொடுகிறாள்.

இந்தக் கற்பனை இடம் நான் சென்றிருந்த பல இடங்களை நினைவுபடுத்துகிறது. பல நாடுகளிலும் இருந்த பல மலைகளின் கலவை இது. ஆனால் அதன் வண்ணங்கள், அவை ஆஸ்திரேலியாவின் வண்ணங்கள். இப்போதும் என் நினைவுகளில் படரும் அதன் வறண்ட பகுதிகள். அதன் பின்மதிய வெளிச்சம் நான் வேறெங்கும் பார்த்திராதது. சூரியன் கீழிறங்கி, அடிவானத்தைத் தழுவிக்கொண்டு சுற்றியுள்ள அனைத்தையும் பொன்னாய் ஜொலிக்கவைக்கும். பழைய பண்ணையின் தொட்டிப் பரண் மேலேயிருந்து பார்த்தால், தைல மரங்களின் ஊடாக அணை தெரியும். உலோக ஏணியில் ஏறி நானும் என் சகோதரனும் அங்கு உட்கார்ந்துகொள்வோம். வயல்காட்டில் பசு மேய்ந்து திரிவதை அங்கிருந்து பார்ப்போம். கருத்த சாந்திறாசு மரத்தின் இருபக்கமும் சூரியன் படர்வதையும், பிறகு அது உலகின் தட்டை விளிம்பை முட்டி இளஞ்சிவப்பாய் மாறுவதையும் பார்ப்போம். கூப்பர் ஓடையருகே ஓரிடத்தில் வாட்டில் மலர்த்திரையைப்போலே எப்போதும் சூரியஒளி படர்ந்து விழுந்துகொண்டிருக்கும்.

அவர்கள் என்னை அறைக்குள் பிடித்துத்தள்ளிய போது நான் தடுமாறி விழப்போனேன். அவர்கள் கத்தியபடி என்னைச் சுவற்றில் நெட்டித்தள்ளினர். கைகளை உயர்த்திக் கால்களை அகட்டி நின்றேன். தலைக்கு மேலே என் கைகள் இருக்கும்படி என்னை நிற்கவைத்தார்கள். என் கால்கள் 'ஸ்டாண்ட் அட் ஈஸ்' நிலையில் இருந்தன. என்றாலும் எனக்கு இறுக்கம் தளரவில்லை. என் முதுகில் எதுவோ அழுத்திக்கொண்டிருந்தது. ஆயுதமா? லேசாக நகர்ந்தேன். உடனே அவர்கள் கத்தினர், என்னை மீண்டும் நெட்டித்தள்ளிப் பழைய இடத்திலேயே நிற்கவைத்தார்கள். நின்றேன், நின்றேன், நின்றுகொண்டே இருந்தேன். கால்கள் வலிக்கத் துவங்கின. அச்சம் எனக்குள்ளே போதைவஸ்துவைப்போலப் பரவிக்கொண்டிருந்தது. வேறு எதையாவது நினைக்க விரும்பினேன். நான் வேறெங்கோ இருப்பதைப்போல நினைத்துப் பார்த்துக்கொண்டேன். ஆனால் என் மூளை என்னை மீண்டும் இங்கேயே இழுத்துவந்து போட்டது. என் உடல்மேல் வலியின் கம்பிகள் முளைத்தன. உடலே ஒருவித சிறையாகியது. என் கைகள் சுவரை உணர்ந்தறிய முயன்றன; தலைமறைப்பு என்னிடமிருந்து மறைத்திருந்த சுவரை. குளுமை. கல். சொறசொறப்பான மேற்பரப்பு. பாறையா அல்லது கட்டடமா எனச் சொல்ல முடியவில்லை. கனமாக இருந்தது.

பார்வையை மறைத்துவிட்டதால் மற்றதெல்லாம் கூர்மை அடைந்தன. என் காதுகள் உணர்கொம்புகள் ஆகின. எல்லாச் சத்தங்களையும் என்மேல் புரளவிட்டேன். குரல்கள். 'மயிர் அடர்ந்த அந்தக் கால்களைப் பாரேன்' என்று என் பின்னால் இருந்த இருவரில் ஒருவன் சொன்னான். மற்றக் குரல்கள் தூரத்தில் கலவையாய் ஒலித்தன. காலடி ஓசைகள். இல்லாத ஒன்றின் எதிரொலி. காதுகளுக்கு இடையே வெற்றிடம் இருப்பதைப்போல. *Amo*, என் மூளை ஆரம்பித்தது. *Amo, amass, amat, Amamus, amatis, amant*. மிஸ் லூபா. லத்தீன். ஓநாய்ப்பெண். இதை நான் பிறகே உணர்ந்தேன். *Amo, amas amat, amamus, amatis, amant*. எத்தனை முறை இதை நாங்கள் மீண்டும் மீண்டும் சொன்னோம்? அந்தச் சமயத்தில் எனக்கு எப்படித் தெரியும் காதல்தான் அவளை வரையறுத்தது என, என்னையும்கூட இருக்கலாம். *Bellum, bellum, bellum, belli, bello, Bella, bella, bella, bellorum, bellis, bellis*. அதுதான் இது. அவர்கள் கடைசியில் அதைச் செய்தேவிட்டார்கள். எங்கள்மீது போர் தொடுத்துவிட்டார்கள்.

மெர்சிடிஸ், நீ எனது ஓநாய்ப்பெண்ணா? அவர்கள் உன்னைப் பிசாசு என்பார்களே.

நானொரு ஓநாய், காட்டில் துள்ளி குதித்தோடும் ஓநாய். சீரான, அளந்த நடை எனது. இதுபோல் மணிக்கணக்காக, நாள்கணக்காக என்னால் செல்ல முடியும், என் எல்லையைக் குறிக்க மட்டும் நிற்பேன். ஓநாயைப் போலவே, நானும் ஒழித்துக்கட்டப்படவேண்டியவள். வேட்டையாடப்படுபவள். பெரும் நிலங்களையெல்லாம் கடந்து ஓடியும், நான் நேருக்கு நேராகச் சந்திப்பதென்னவோ வேட்டைக்காரனைத்தான். எனக்கிருக்கும் ஒரே சாதகமான விஷயம்: அவன் என்னைப் பார்க்கும் முன்பே நான் அவனை மோப்பம் பிடித்துவிடுவேன். பலநாட்களாக நடந்து நடந்து, எனக்குப் பசிக்கிறது. என் பெரும்பசிதான் நான். பிட்டங்களை தரையில் அழுத்தி அமர்ந்து காத்திருக்கிறேன். என்னிடம் இருப்பது ஓர் ஓநாயின் பொறுமை.

நான் பொறுமையாக இருக்க வேண்டும். என் பசியை அமைதிப்படுத்த வேண்டும். ஓநாயைப்போல நான் காத்திருக்க வேண்டும். கதையையே மாற்ற வேண்டும், வேட்டையாடப்படுபவள் நானல்ல, கடைசியில் அவர்கள் தான் வேட்டையாடப்படுவார்கள் என்று எனக்கு நானே சொல்லிக்கொள்ள வேண்டும். அவர்கள் இரையாவார்கள். இதன்மூலம் என் ஓநாய்த்தனத்துக்குள் நான் மூழ்கிப்போவேன் தான் என்றாலும் அவர்களிடம் என்னை ஒப்புக்கொடுப்பதை விட இது மேல். காலமெல்லாம் வாழ்ந்த ஒன்றுக்குத் துரோகமிழைப்பதைவிட, நான் மூழ்கிப்போவதே மேல்.

இது பல காலமாய் உருவாகியிருப்பது. ஒவ்வொரு தேர்தலிலும் புதுப் புதுச் சட்டங்கள் அறிமுகப்படுத்தப் படுகின்றன. பெரும்பான்மையானோரை அமைப்புக்குள் இழுக்கும் சட்டங்கள் அவை. ஆனால் இப்படி மற்றவர்களெல் லாம் உள்ளே இழுக்கப்படும்போது, நாங்கள் இன்னும் வெளியே தெரிந்தோம். மேலும் பிரச்சினை. முன்பைவிட நாங்கள் அதீதத் தீவிரமானவர்களாகத் தெரிந்தோம். பெரிதாய் எந்த மாற்றமுமில்லை, வேறுமாதிரியானவர்கள் என்பது மட்டும் கூர்மைப்பட்டது. நாங்கள் ஆபத்தில் இருக்கிறோம் என்று நான் கேள்விபட்டிருக்கவில்லை. நான் எப்போதுமே வெளிப்படையாகப் பேசுபவளாக இருந்தேன். அதனால்தானோ எனக்கு இப்படி?

கனலும் கம்பி. என் உடல் வலியில் விறைத்தது. தந்திகள் அளவுமீறி முறுக்கப்பட்ட வயலின் நான். என்னைத் தொட்டுப்பாருங்கள், இசைவில்லாத தந்திகள்போல நான் அலறுவேன். இழப்பின் ஓலம். துயரத்தில் புலம்பும் தந்திகள். நான் உடைந்து போவேனா? அவர்கள் என்னை உடைத்து விடுவார்களா?

அவர்கள் ஒரு குறுந்தகடை ஓடவிட்டார்கள். நல்லது என்றுதான் முதலில் நினைத்தேன். என் காதுகளை உணர் கொம்புகளாக்கி அவர்களின் அசைவுகளுக்கும், எனக்குப் பின்னால் அவர்கள் இழிவாகப் பேசிக்கொள்வதற்கும் இனி செவிகொடுக்க வேண்டியதில்லை. ஆனால் ஒலித்ததை இசை எனச் சொல்ல முடியாது. என் காதுகளைச் செவிடாக்கி என்னைப் பைத்தியமாக்குவதற்கான தொடர் இரைச்சல். எனக்குக் காது அடைப்பான்கள் வேண்டும். யதார்த்தத்தின் இந்தப் பறத்தலில் அதுபோன்ற சேவைகள் எதுவும் கிடைக்காது. ஒலி என்னுள் எரிந்தது. ஒரு சொல் மட்டும் அவ்வப்போது எனக்குப் பிடிபட்டது. வெறுப்பை உமிழும் சொல்.

நான் இங்கு எவ்வளவு நேரமாய் இருக்கிறேன்?

திரும்பிப் போ. மீண்டும் தொடக்கத்துக்கே போ. எதிலிருந்து ஆரம்பிப்பது? 'O'வில் இருந்தா? பூஜ்யத்தில் இருந்தா? வட்டத்தில் இருந்தா? குரல்கள் எப்போது உண்டாகின? பெண்கள் தங்களின் உதடுகளைக் குவித்து உதரவிதானத்தில் இருந்து ஒரு மெல்லிய ஒலியை அனுப்பியபோதா? அல்லது ஒரு சிம்பன்ஸி ஓஓஓ – ஓஓஓவென்று சின்னதாகக் கூரிய சத்தமிட்டபோதா? அல்லது வாய்க்குள் இருந்து உருவாகி, மேலண்ணத்தைக் கடந்து, உதடுகளில் குவிந்து, காலவெளிக்குள் பயணித்து 'ஓம்' உருவானதே, அப்போதா? அவிழ்க்க வேண்டிய புதிர்கள் பல இருக்கின்றன.

பூஜ்யம் பாலைவனத்திலிருந்து உருவாகியிருக்க வேண்டுமென நினைத்தேன் – ஒரு காலத்தில் மெசப்படோமியா எனும் சொர்க்கபுரியாக இருந்து, இப்போது வெறும் போர் நினைவுச்சின்னங்களாகவும் சிதைவுகளாகவும் ஆகிவிட்ட பாலை. சிதைந்த வாழ்வுகள். ஒருகாலத்தில் அங்கு பெண்கள் முரட்டுக் குதிரைகளை ஓட்டிச்சென்றனர்; புதிய எண்ணங்களுக்கோ அதிகாரத்துக்கோ குறைவேயில்லாத ராணிமார்கள் தொங்கும் தோட்டங்களை வடிவமைத்தார்கள். இவையெல்லாம் நினைவுகளாகக்கூட இப்போது எஞ்சவில்லை. அந்த இடங்களில் குண்டுகள் போடப்பட்டன, பொக்கிஷங்கள் ஒளிக்கப்பட்டன அல்லது தகர்க்கப்பட்டன. ஆண்களுக்கு அடிமையாய் பெண்கள் இருந்திராத காலமொன்று இருந்தது என்பதற்கான ஆதாரத்தை விட்டுவைப்பார்களா என்ன? ஜார்ஜ் ஆர்வெல் மட்டும் இப்போது இருந்தால், இந்த திருத்தல்வாதம், மாற்றியெழுதப்பட்ட வரலாறு, வெளிப்படையாக அழித்தொழிக்கப்பட்ட நினைவு, தலைகீழாக்கப்பட்ட உண்மை இவற்றையெல்லாம் கண்டு அதிர்ந்தே போயிருப்பார். இருந்தாலும் இதையெல்லாம் உள்ளுக்குள்ளேயே பாதுகாப்போரும் உண்டு. அவர்களில் நானும் ஒருத்தி.

ஆனால் பண்டைகால இந்தியாவின் பிராகிருத, சமஸ்கிருத நூல்களில் பூஜ்யம் இருந்தது, பிராமணிய மொழியான சமஸ்கிருதத்தில் அது சூன்யம் எனப் பின்னர் அழைக்கப்பட்டது.

நான் இன்னமும் நின்றுகொண்டுதானிருக்கிறேன். என் தலை மூடியிருக்கிறது. மயக்கம் மயக்கமாக வருகிறது. என் கால்கள் மரத்துப்போய்விட்டன. மெர்சிடிஸ்... அவளும் இங்குதான் இருக்கிறாளா? யாரையெல்லாம் இவர்கள் பிடித்துவைத்திருக்கிறார்கள்? யாரையெல்லாம் இவர்கள் சுற்றிவளைத்தார்கள்? இது பட்டாம்பூச்சி விளைவு. இயற்பியலாளர்கள் நினைப்பதைப்போல் அல்ல. அதுமாதிரியும்தான். மோனிக் கூறியதைப்போல. இது பட்டாம்பூச்சிச் சடங்கு. விர்ஜீனியா சுவரில் விட்டிற்பூச்சி விட்டுச்சென்ற சுவடு. நாம் விட்டுச்செல்லும் சுவடு. இறந்தோ வாழ்ந்தோ. என் கைகளுக்குச் சிறகுகள் முளைக்கின்றன. கனமான உலோகத்தாலான சிறகுகள். எழமுடியாமல் விழும் சிறகுகள். சுவரில் சிக்கிக்கொண்ட ஹெர்குலஸ் விட்டிற்பூச்சியின் சிறகுகள்போல் மிகக் கனமானவை. ஒளியை நோக்கிச் செல்கிறது. ஆனால் பறக்க முடியாத அளவுக்குப் பலவீனம். நான் என் உடலை விட்டு நீங்கி, விட்டில்பூச்சியை ஏந்தி, வேலிக்கம்பி வரை அவளைத் தூக்கிச் செல்கிறேன், இந்த உபரி உயரம் அவள் பறக்க உதவுமென நம்புகிறேன்.

மெர்சிடிஸ், மெர்சிடிஸ், மெர்சிடிஸ். நீ எங்கிருக்கிறாய்? நீயும் இங்குதான் இருக்கிறாயா? அதிகாலைத் தாக்குதலில் உன்னையும் பிடித்துவிட்டார்களா? நான் இங்கேதான் இருக்கிறேன் என்று சொல். வேண்டாம், நீ இங்கிருக்கக் கூடாது.

இரவு, இரவு, இரவு; பயமும் வலியும் கலந்த இருள். கோட்டான்கள் அலறுவதை கேட்கும் இரவுகளைப்போல. செத்தவர்களின் ஆவிகளைச் சீழ்க்கையடித்து எழுப்பும் இரவு. நான் இறந்துவிட்டேனோ? இறந்துவிட்டால் வலி இருக்காது. இங்கோ வலி, ஒரே வலி. கல்லில் கால் உராயும் சத்தம் கேட்கிறது. கருங்கல்லா செங்கல்லா? கருங்கல்தான், செங்கல் என்றால் தரை சமதளமாக இருக்கும். முன்னெப்போதையும்விட என் தலை பாரமாக இருக்கிறது. கல்லின் பாரம். என் கழுத்தில் அதன் எடை இறங்கியது. நான் நொறுங்கிவிடுவேனோ? என்னால் முடியாது, என்னால் முடியாது, என்னால் முடியாது. நான் நொறுங்கவும் கூடாது.

இப்படிச் செய்வதற்குத் தூண்டியது எது? என்னை ஏன் கைது செய்தார்கள்? என்னுடைய எந்தக் கட்டுரை? எந்தக் கவிதை? எந்த உரை? அல்லது வேறு ஏதாவதா? வேறு எது என்பது மட்டும் எனக்குத் தெரிந்திருக்கக் கூடாதா. ஆனால் நான் மட்டும்தான் இங்கிருக்கிறேன் என்று நான் நினைத்துக்கொள்ள வேண்டும். என் மனதில் உறுதியை நிரப்பிக்கொள்ள வேண்டும். எப்படியென்று கடவுளுக்கே வெளிச்சம். ஒருவேளை நான் உறுதியாக இல்லாவிட்டால்? நான் என் மனதை மெர்சிடிசால் நிரப்பிக்கொள்வேன். அவள் உடல் என்மீது அழுந்துவதாக நினைத்துக்கொள்வேன். அவளது சருமம், கேசம், சதை, சிரிப்பு, கதகதப்பு இவையெல்லாவற்றையும் நினைத்துக்கொள்ள வேண்டும். இப்போது என் காதில் கேட்பதெல்லாம் என் மூச்சுக்காற்று மட்டுமே. கஷ்டப்பட்டு விடும் மூச்சு. ஆட்கள் வந்துபோகும் காலடியோசைகளைத் தவிரப் பெரிதாய் எந்தச் சத்தமுமில்லை. அவற்றோடு சருமத்துக்குள் நடுங்கிக்கொண்டிருக்கும் தசைகளும்.

நான் தூங்கவில்லை. சுவரெதிரில் நின்றபடி தூங்க முடியவில்லை. என் கைவிரல்களும் கால்விரல்களும் விட்டுப்போயின, என்னைக் கைவிட்டுப் போயின. ஆனால் மரத்துப்போன என் கைகள் இப்போதும் என் தலைக்கு மேலே இருக்கிறது. என் விரல்களில் இரத்தவோட்டம் இருக்கிறதா? என்னால் பார்க்க முடியவில்லை. என்னால் அதை உணரவும் முடியவில்லை. கைகளைக் கீழே இறக்க நான் முயன்றபோது அவர்கள் கத்தினார்கள், வலுக்கட்டாயமாக அவற்றை மீண்டும் மேலே உயர்த்தினார்கள்.

ஒவ்வொரு முறை என் கைகள் வலுக்கட்டாயமாக உயர்த்தப்பட்டபோதும், உணர்கொம்புகள் முன்னால் நீண்டிருக்கும் ஏதோவொரு பூச்சி வகையாக என்னை நினைத்துக்கொள்கிறேன். பூச்சிதான் என் தூண்டுகோல். ஒற்றைக் கையால் எதையோ பிடித்துக்கொண்டு, மிகக் கடினமான ஜிம்னாஸ்டிக் சாகசம் செய்து, மாயம்போல் என் உடலைக் காற்றில் உயர்த்துவதாக நினைத்துக்கொள்கிறேன். பிரம்மாண்டச் சிறகுகள் கொண்ட மோட்டார்பைக்கில் உட்கார்ந்து உயரே பறக்கிறேன். பூச்சிவடிவம் என் மனதோடு விளையாடுகிறது. ஒவ்வொன்றும் பூச்சியோடு தொடர்புடையவையாக ஆகின்றன. பலப்பல உருப்படிவங்கள். சலனம் உண்டாக்காமல் தும்பி குளத்துநீரின் மேற்பரப்பில் உட்காருகிறது. தகிக்கும் இரவில் சத்தமிடும் பழுதாகிப்போன ஏசியைப்போலக் கொசுக்கள் ரீங்காரமிடுகின்றன. என் மூளை எனக்கு அளிக்கும் இந்தக் காட்சிகளையெல்லாம் என்னால் நம்பவே முடியவில்லை. எங்கிருந்து வருகின்றன இந்த விடாப்பிடி எண்ணங்கள்?

நாம் மீண்டும் பெண்கள் இருக்கும் ஊருக்குப் போவோமா – அது மெசப்படோமியாவாகவோ அல்லது சிந்து சமவெளியாகவோ இருக்கலாம், அது ஆஸ்திரேலியப் பாலையின் சிறு ஓடையாகயோ நீர்க்குட்டையாகவோ இருக்கலாம், அது ஆப்பிரிக்காவின் சாம்பல் படிந்த நீள்பிளவுப் பள்ளத்தாக்காக இருக்கலாம் – அது எங்கிருந்தாலும் சரி, அங்கும் பூச்சிகள் இருந்தன. அங்கு பெண்கள் தங்களின் நாக்குகளைப் பற்களின் பின்னே வைத்து வண்டுகள் போலவோ கொசுக்கள்போலவோ ஈக்கள்போலவோ சத்தம் செய்கிறார்கள். இதோ மீண்டும் குரல். அத்தோடு வாய். அசலான O. அல்லது அதுவா?

தேசி

அலங்கோலமாகக் கிடந்த காகிதங்களுக்கும் அட்டைப் பெட்டிகளுக்கும் நடுவே நான், எங்கு போய்க்கொண்டிருக்கிறேன் என்று தெரியவில்லை. பிரபஞ்சம் தோன்றிய காலம் போலிருக்கிறது. ஒழுங்காக அடுக்கிவைக்கப்பட்டிருந்த சில அட்டைப்பெட்டிகள் வெடித்துச் சிதறிவிட்டன. பால்வீதிகளும் சூரிய மண்டலங்களும் உடுக்களும் நிலவுகளும் உருவாகின்றன. நம்முடைய சூரிய மண்டலத்தின் கடைசியில் ஊர்ட் மேகங்கள். அதற்கும் அப்பால் சூரியனின் இரட்டைச்சகோதரி நெமெசிஸ், அவள் இருப்பு ஒரு ஊகம்தான்; தேடுதல் தொடர்ந்தாலும் தற்போது அவள் இல்லை என அறிவிக்கப்பட்டுவிட்டாள். ஒன்று புலப்படவில்லை என்பதால் அது இல்லவே இல்லை எனக் கூறிவிட முடியாது, வெரா ரூபின் கண்டுபிடித்துச் சொன்னதைப்போல. மிக மிகத் தூரத்தில், அனைத்தையும் கடந்த கடைசியிலோ அல்லது நாம் பார்க்கமுடியாத அளவுக்கு மிக நெருங்கிய பகுதியிலோதான் இந்தக் கரும்பொருள் இருக்கிறது. மீண்டும் கதைக்கு வருவோம். என் முன்னே காகிதக்குவியல் அலங்கோலமாகக் கிடக்கிறது, எங்கிருந்து தொடங்குவது என்று எனக்குத் தெரியவில்லை.

கேத் மட்டும் கன்னிராசிக்காரராக இருந்திருந்தால் அவரது திட்டம் என்ன என்பதையறிந்து அவரைத் தொடர்ந்திருப்பேன்.

என்னைச் சுற்றிலும் அசைவுகள் துவங்குகின்றன. தடுமாறும் காலடிகளின் சத்தம். மற்றவர்களா? யாரவர்கள்? அவர்களை எங்கு கூட்டிச்செல்கிறார்கள்? சுவரோடு நின்ற என்னை இழுத்து அறையின் குறுக்காகத் தள்ளிவிடுகிறார்கள். போய் நின்றவள் விழப்பார்க்கிறேன். யாரோ என்னைப் பிடிக்கிறார். என்னை வெடுக்கெனச் சுவரை நோக்கித் தள்ளி, தனியே விட்டுச்செல்கிறார், என் கைகள் உயிரே இல்லாமல் தோள்களில் தொங்கிக்கொண்டிருக்கின்றன. யாரோ வருகிறார், என் கைகளை எடுத்து முன்பக்கமாக வைத்துக் கட்டிவிடுகிறார்.

என்னை முரட்டுத்தனமாகக் கையாள்வது நின்றது. நான் இப்போது வேறு கைகளின் பொறுப்பில். ஓரளவு கனிவானவை. புன்னகைக்கும் ஆசை என்னை நிரப்புகிறது. என்னவொரு ஆசுவாசம். நன்றி எனக் கத்த விரும்புகிறேன். ஆனால் நான் அப்படிச் செய்யவில்லை. என்னால் முடியவில்லை. என்ன நடக்கிறது என்பதை நான் தெரிந்துகொள்ளும் வரையிலும் மாட்டேன். அந்தக் கனிவான கைகள் நடைவழிபோல் தோன்றிய ஒன்றில் என்னைக் கூட்டிச்செல்கின்றன. எதிரொலிகள் கேட்கின்றன. பல திருப்பங்கள் கடந்து கடைசியில் ஒரு வாசலின் முன்னே நிற்கிறோம். அங்கிருந்த படுக்கைக்கு என்னைக் கூட்டிச்சென்றனர், அவர்கள் என்னை நிற்கமுடியாமல் ஆக்கியிருந்தார்கள், எனவே நான் உட்கார்ந்துகொள்கிறேன். பிறகு அவர்கள் சென்றுவிட்டார்கள். ஒரு வார்த்தைகூடப் பேசாமல்.

நான் எங்கிருக்கிறேன்? கதையின் முடிச்சை விட்டு விட்டேன். எனக்குள் இருந்த கதை சுக்குநூறாக உடைக்கப் பட்டுவிட்டது, இப்போது நான் கதையை முதலிலிருந்து துவங்க வேண்டும். பீதியில் இருக்கும்போது நம்மால் சிந்திக்க முடிவதில்லை. நரம்பு மண்டலம் உடலை இயக்கிக் கொண்டிருப்பது மட்டும் நடக்கும். மற்ற எல்லாவற்றையும் அது ஓரங்கட்டிவிடுகிறது. உடல் பீதியில் இருக்கும்போது மனம் பின்வாங்கிவிடுகிறது. மனம் பதறாமல் இருப்பதற்காக நமக்கு நாமே சொல்லிக்கொண்ட கதைகளும், இந்த மிருகவதைக் கூடத்திலிருந்து நம்மைக் காப்பாற்றியிருந்த எல்லாக் கதைகளும், வேறெதோ உலகில் பின்னகர்ந்து ஒளிந்துகொள்கின்றன. அவை எங்கேயாவது இருந்தால் போதும்.

நான் உட்கார்ந்திருந்தேன். உட்கார்ந்துகொண்டே இருந்தேன். மனதில் இனம்புரியாத ஏதோ அச்சம்; முன்பு இருந்த பீதியைப் போலல்ல; இன்னும் மோசம். நான் நின்றேன். எழுந்து நிற்க நீண்ட நேரம் பிடித்தது. என் கைகள் முன்னால் இறுக்கமாகக் கட்டப்படவில்லைதான் என்றாலும் கண்ணைக் கட்டிவிட்டால் சுற்றிலும் தொட்டு உணர்வதைப்போல என்னால் உணர முடியவில்லை. எதிலும் இடித்துக்கொள்ளக் கூடாது என்பதால் நத்தையைப்போல நகர்ந்தேன். கூரை தாழ்வாக இருக்கிறதா? சுவர்? தடுப்பு? என்னால் நன்றாக நிமிர்ந்து நிற்க முடிந்தது. குள்ளமாய் இருப்பதிலும் சில நன்மைகள் இருக்கின்றன. காலை இழுத்து இழுத்து நடக்க ஆரம்பித்தேன். மீண்டும் நத்தையானேன். இல்லை, அட்டைப்பூச்சியைப்போல், ஏனென்றால் என்னைப் பாதுகாத்துக்கொள்ளத்தான் எனக்கு ஓடு இல்லையே; பாதத்தால் தரையை ஆராய்ந்தபடி கொஞ்சம் கொஞ்சமாக ஊர்ந்து ஊர்ந்து நகர்ந்தேன்; சமதளமில்லை. கருங்கல்லாய் இருக்கலாம். சுவர் தட்டுப்பட்டது, என் உடலால் உரசி உரசி அதன் மேற்பரப்பை உணர்ந்தேன். குளுமையாய்க் கரடுமுரடாய் இருந்தது. மூன்றாவது சுவரில் ஒரு நீட்சியோ அல்லது உயர்ந்த ஜன்னலோ இருப்பதற்கான நம்பிக்கைத் தடயமாக ஏதோ தட்டுப்பட்டது. நான்காவது சுவரை நோக்கித் தேய்த்துத் தேய்த்து நகர்ந்தபோது, கிளிங்கென ஒரு சத்தம் கேட்டது. அதைக் கேட்டுத் திடுக்கிட்டேன். வலது காலை உயர்த்தி அதன் வடிவத்தை ஆராய்ந்தேன். வாளியா? லேசாகத் தள்ளிப்பார்த்தேன். ஆமாம், வாளிதான்.

‘உட்காரும் போராட்ட’த்திற்குப் – அப்படித்தான் நான் அதை அழைக்கத் துவங்கினேன் – பிறகு வாளியில் அரைகுறையாக அமர்ந்து சிறுநீர் கழித்தேன். அடுத்தது, படுக்கைக்குத் திரும்பப் போவதற்கு ‘எழும் போராட்டம்’. ஒன்றுமில்லாவிட்டாலும் அறையின் அமைப்பாவது இப்போது எனக்குத் தெரியவந்ததே. படுத்து உறங்கிப் போனேன்.

> இறப்பேயில்லாதவர்கள் நம் அற்ப இறப்புகளைக் கடந்தும் வாழ்கிறார்கள்
>
> நாம் அழிந்துபோவோம், அவர்களின் முடிவிலா
> வாழ்வுகளின் முன்பே.
>
> ஹெராக்லிடஸ், பகுதி 67

எது மோசம், முடிவேயில்லாத வலியுடன் வாழ்வதா? அல்லது யாரோவொரு காவலதிகாரியின் ஆத்திரத்துக்குப் பலியாகிச் சாவதா? எவ்வளவு அற்பமானது அப்படிப்பட்ட சாவு? நல்ல வாய்ப்புக் கிடைக்கும்போதே ஒன்றிலிருந்து வெளியேறிவிடுவதுதான் புத்திசாலித்தனமா? நித்திய வாழ்வு எந்தளவுக்கு நல்லது? அவ்வளவு நல்லதென்றால், இத்தனைக் காலம் கழிந்தும் கடவுளர்களுக்கு ஏன் இன்னும் சாமர்த்தியம் வரவில்லை?

என் தலை பெருங்கடல் ஆகிறது. பேரலைகளும் கீழ் நீரோட்டங்களும் நிரம்பிச் சுழலும் பெருங்கடல். ஸ்கைல்லாவும் சாரிப்டிசும் ஒருவரையொருவர் சுற்றிச்சுழலுகிறார்கள் – காதலர்கள் டாங்கோ நடனமாடுவதைப் போலே. முடிவே யில்லாத ஓட்டம், இப்படியும் அப்படியுமாய். பசுக்கள் வருகின்றன, அவற்றில் ஐம்பது, பெருங்கடல் அதிரக் கடக்கின்றன, அலைகளை எழுப்பியபடி. கொலை செய்யப் பட்டது ஃபானிஆனா? மிதிபட்டு இறந்துபோனாரா? யார் முடிவு செய்தார்கள், அவர் போக வேண்டிய நேரம் அதுதானென? ஒன்பது இரவுகளாக, நினைவுத் தேவதையின் ஒன்பது மகள்களும் அவரைத் தங்களின் கரங்களில் ஏந்தித் தாலாட்டினர். நினைவுத் தேவதையே நீ எங்கே? இத்தனை இருளான இடத்திலிருந்து என்னை யார் காப்பாற்றுவார்கள்? இந்த இருண்ட இரவு என்ன கொண்டுவரப் போகிறதோ? ஓ நெமெசிஸ், எனக்கு உரியவளாகு!

தேசி

இந்த இடத்தில் ஏதோ விசித்திரமாக நடக்கின்றதே – அவருக்குச் சமயப்பற்று வந்துவிட்டதா? இந்தப் பெட்டி மேலே எகேத்தரீனா எனக் கிரேக்கத்தில் எழுதப்பட்டுள்ளது. ஏன் அவர் சிறையில் இருக்கிறார்? இந்தச் சிறைகளைப்பற்றி எனக்கு எதுவும் தெரியாது. அவர் இதை எழுதிக்கொண்டிருந்த காலகட்டத்தில் சிறைக்கட்டடங்களின் எண்ணிக்கை பெருகியிருந்தது. நாடுவிட்டு நாடு படகில் தப்பிச்செல்பவர்கள் குற்றவாளிகளைப்போலச் சிறைப்பிடிக்கப்பட்டார்கள், உயிரைக் காப்பாற்றிக்கொள்ள ஓடுபவர்களாக அல்ல. வனவிலங்குச் சரணாலயங்களும்கூடப் பாதிக்கப்பட்டன. பிரம்மாண்டப் பசுமைக்காப்பு வேலிக்குப் பின்னே காப்பினப் பெருக்கத் திட்டம் எனும் பெயரில் நம் நாட்டுவிலங்குகளைச் சிறைபிடித்தார்கள். இதை உள்ளூர்க்காரர்கள் எதிர்த்தபோதும் யாராலும் எதையும் நிரூபிக்க முடியவில்லை. சுற்றுச்சூழல் பாதுகாப்பாம்; மூட்டை மூட்டையாய்ப் பொய்கள். இதெல்லாம் புதுப் புதுக் குற்றச்செயல்கள் பெருமளவில் உருவாவதற்கு முன்னால் நடந்தது.

இந்த துண்டுப்பகுதி மட்டும் சிறைக்கதைகள் கொண்ட வேறொரு பெட்டியில் இருந்தது. சிறைக்கதைகளின் ஒழுங்கான வரிசையைத் தெரிந்துகொள்ளக் கஷ்டமாக இருந்தது. கதையின் ஒவ்வொரு தாளும் வெவ்வேறு கட்டுகளில் இருந்தன, சிலவற்றில் எத்தனையாவது நாள் என்று குறிக்கப்பட்டிருந்தது, சிலவற்றில் இல்லை, எனவே அந்தக் கட்டுகளை மட்டும் தனியே எடுத்துவைத்தேன்.

நாள் 2

மேக்பைப் பறவைகளின் உல்லாசப் பாடல்களும் வாட்டில் பறவைகளின் கனைப்புகளும் கேட்டு நான் கண்விழித்தேன். ஒருநொடி சுதந்திரமாக இருந்தேன், உடனே முன்தின நினைவுகள் என்னை உலுக்கி எழுப்பிவிட்டன. என் இடுப்பிலும் அரைப்பகுதியைச் சுற்றிலும் ஒரே வலி. என் கைகள் இப்போதும் மரத்தே இருக்கின்றன, ஒவ்வொரு சிறு அசைவிலும் என் தசைகள் கதறுகின்றன. தலையை மறைத்திருக்கும் துணிவழியாகச் சுவாசித்தபடி படுத்திருக்கிறேன். பறவைகளின் சத்தம் உயர்ந்தொலிக்கிறது. வெளிச்சம் படும்போது இந்தத் தலைமறைப்பின் ஊடாக இன்னும் நன்றாகப் பார்க்க முடியும் என எண்ணியிருந்தேன். இருளில் எனக்கு இதனுள் மூச்சுமுட்டுகிறது. பறவைகள் இல்லையென்றால் நாளின் நேரத்தை நான் தெரிந்துகொண்டிருக்க முடியாது. அவற்றின் பாடலுக்குச் செவிகொடுக்கிறேன். அதை அப்படியே என் இதயத்துக்குள் இழுத்து, அந்த நினைவுகளால் என்னை நிரப்பிக்கொள்ள முயல்கிறேன்.

நினைவு. இதோ உன் மணம் என்னை நிரப்புகிறது, உனக்கே உனக்கான பிரத்யேக வாசனை. மசாலாப்பொருட்களின் கலவைபோல, ஆனால் அவை எவற்றுக்கும் பெயர் கிடையாது.

எதைப்பற்றி யோசித்துக்கொண்டிருந்தேன்? கதைகள். மொழியின் கண்டுபிடிப்பைப்பற்றி. மொழியை மட்டுமல்ல பூஜ்யத்தையும் சக்கரத்தையும் நீர்பாய்ச்சுவதற்குரிய சிக்கலான அமைப்புடன் பாபிலோனின் தொங்கும் தோட்டத்தையும் கண்டுபிடித்த பெண்களைப் பற்றி. முட்டாள்த்தனமான சிந்தனை. இயற்கையை விடவும் சக்திபடைத்தவர்கள் நாம் எனும் எண்ணத்தை அது மனிதர்களுக்கு அளித்தது. ஆனால் டினோசர்களை விடவும் நாம் சிறந்தவர்கள் என்று நினைக்க நாம் யார்?

மொழியோ இப்போது நல்ல யோசனையாக மாறிவிட்டது. மொழியோடு கதைசொல்வது வந்தது, கதைசொல்வதுடன் நடனம் வந்தது, கூடவே கலையும். நம் கற்பனைகள் நட்சத்திரங்கள்வரை சென்றன, சிலசமயங்களில் அவற்றை நம் புராணக்கதைகளிலும் சேர்த்துக்கொண்டோம். இங்கு வாழ்ந்து முடித்தவர்கள் அல்லது இங்கு வரவிருந்தவர்கள் அல்லது ஏதாவது குற்றத்துக்காக நாடு கடத்தப்பட்டவர்கள் இவர்களின் கூட்டங்களாக அந்த நட்சத்திரங்கள் ஆகின. அவற்றால் பேச முடியாது; ஆனால் பெண்களாகிய நாம் அப்படியல்ல.

நாம் உணவைத் தேடித் திரிந்தோம்; என்னவெல்லாம் கண்டெடுத்தோம், எங்கெல்லாம் கண்டெடுத்தோம் என்பதைக் கதைகதையாகக் கூறினோம். முகர்ந்தோம், உண்ணத் தகுந்தது என நம் உணர்வு சொல்லிய பிறகே ருசித்தோம். உணவை நாம் தங்கியிருந்த இடத்திற்குக் கொண்டுசென்று பகிர்ந்துகொண்டோம், இப்படியாக ஒவ்வொருவர் கொண்டுவந்ததையும் மாறிமாறி ருசிபார்த்துக்கொண்டோம்.

இதோ நான் மீண்டும் உணவைப்பற்றி நினைக்கின்றேன்.

தேசி

எனக்கு அவர் எழுதிய கவிதைகள் சில கிடைக்கத் துவங்கின. கலைத்தெய்வம் மூசசைப் பற்றித் தொடர்ச்சியாக (ஒன்று அவை முற்றுப்பெறாமலிருக்கலாம், அல்லது எல்லாவற்றையும் நான் இன்னும் கண்டெடுக்காமல் இருக்கலாம்) கிடைத்தன. நடனத்தைப் பற்றிய கவிதைதான் முதலில் என் கண்ணில்பட்டது.

ஆடுவோம் ஆடுவோம் ஆடுவோம்
ஆடுவோம் திராதா நடனத்தை
நமது சிவப்பு, வெள்ளை, கறுப்பு உடையணிந்து
தலைகீழாகப் பாய்வோம், தலைகீழாகப் பாய்வோம்
நிலத்துக்கும் கீழே பாய்வோம்

    ஆடுவோம் ஆடுவோம் ஆடுவோம்
    ஆடுவோம் திராதா நடனத்தை
    ரொட்டிக்காகவும் மாதுளைக்காகவும்

    ஆடுவோம் ஆயிரமாயிரம்
    ஆண்டுகளாய் நாம் ஆடுவதைப்போல்
    நடனமங்கையர் கல்லறைகளில்
    செதுக்கியுள்ளதுபோல்

    ஆடுவோம் ஒரு ஸிக்ஸாக்
    ஆடுவோம் கூடைப்பின்னலைப்போல்
    ஆடுவோம் விண்மீன்களாகச் சுழன்று சுழன்று
    உள்ளும்
    புறமுமாய்

    புதிர்ப்பாதைக்குள் நுழைவோம்
    இளையவர்கள் நம் முன்னேசெல்ல
    ஆடுவோம் நம் வாழ்வே
    நடனத்தை நம்பியிருப்பதைப்போலே

        பாடுவோம் முதியவர்களோடு
        பாடுவோம் நமது உறுதிவாய்ந்த குரல்களால்
        உலகைப் பிடித்துவைக்கும் குரல்களால்
        பாடுவோம் வசந்தத்திற்குக் கட்டியக் கீச்சிடும்
        தகைவிலான்குருவிகளைப்போலே

            ஆடுவோம் ஆடுவோம் ஆடுவோம்
            பாடுவோம் பாடுவோம்
            ஆடுவோம் திராதா நடனத்தை
            பாடுவோம் வசந்தத்தை.

நாள் 2

என் கால்கள் தளர்ந்திருக்கவே வெறும் பாதங்களை உயர்த்திக் கட்டிலைச்சுற்றிலும் ஆராய்ந்தேன், மல்லாந்து கிடக்கும் காப்காவின் பூச்சியைப்போல. பெரிதாய் ஒன்று மில்லை. செங்கல்லாலோ வழவழப்பான கருங்கல்லாலோ ஆன வெற்றுச் சுவர்; காலைநேரக் காற்றுப் பட்டு அது குளிர்ந்திருந்தது. வயிற்றுத்தசைகளை நேராக்கி நான் எழுந்து உட்கார்ந்தேன். முன்பக்கமாக இன்னும் கட்டப்பட்டே இருக்கும் கைகளால் அதிகப் பயன் இல்லை. அவற்றை உபயோகிக்க முடியாது. இவ்வளவு மெதுவாக நகர்ந்த காலைவேளையைக் கிழித்துக்கொண்டு யாரோ கத்துகிறார்கள். என் இதயம் திடுக்கிட்டு விழித்துக்கொள்கிறது, என் காதுகள் ஒலிவாங்கிகளாகின்றன. அலறல் எழுவதும் அடங்குவதுமாயிருக்கிறது. பெருமூச்சுடன் எழுந்து நின்று கொள்கிறேன். வாளி இருந்த பக்கமாய் நகர்ந்து, அந்த உலோகத்தை என் காலால் உணர்ந்துகொள்கிறேன். கத்திக்கொண்டு அவர்கள் என்னிடம் வரும்முன்பே நான் இந்த வேலையை முடித்துக்கொள்ள வேண்டும்.

நானொரு விளையாட்டு வீராங்கனையாக இருந்திருந்தால் எதாவது செய்திருக்கலாமோ? நான் இங்கிருந்து தப்பிக்க முடிந்திருக்குமோ? சிலந்திபோல் தொங்கும் சீன ஜிம்னாஸ்டிக் வீரனைப்போல நானும் சுவர்கள்மீது தாவியேற முடிந்திருக்குமோ? ரேவன்ஸ்ப்ரூக்கில் இருந்து தப்பித்த ட்ரபீஸ் வீரனைப்போல? அவர்கள் என்னைத் தொடர்ந்து விசாரிக்கிறார்கள். என்னால் பதிலளிக்க முடியாத கேள்விகளாகக் கேட்கிறார்கள். நேற்று என்மீது வசவுகளை வீசி என்னை நிதானம் இழக்கச்செய்ய முயன்றனர். பலவட்டறை என்றார்கள், ஊர்சுத்தி. வேசி. அசிங்கம்பிடிச்சவள். தடிச்சி. காமக்குடம், தெருப்பொறுக்கி. ஆம்பளைக்கு அலைபவள்.

காமப்பிடாரி. உடம்பை விற்றுப் பிழைப்பவள். கூதியா. தொஞ்சபட்டறை. சோரம் போனவள். நான் வாயே திறக்கவில்லை. மறுத்துச் சொல்லவுமில்லை.

தலைமறைப்பின் இருளுக்குள் பிரியாவின் உருவம் தெரிந்ததைப் போலிருந்தது. அவள் இந்த அறையின் இருட்டுக்குள் இருக்கிறாள். மூலையில் சுருண்டு படுத்துக் காத்திருக்கிறாள். எழுந்துநிற்க முயன்றேன், அவள் பெயரை முணுமுணுத்தேன், பிரியா. ஆனால் அவள் போய்விட்டாள். மெர்சிடிஸ், பிரியா இங்கிருக்கிறாள், நீ எங்கிருக்கிறாய்?

அன்று ‘ஓச்சி தினம்’, நான் கிரேட்டின் மலைகளில் பயணித்துக் கொண்டிருந்தேன். ஓச்சி தினம் தோன்றிய கதை எனக்கு நினைவில்லை. அது கிரேக்கர்கள் முசோலினியிடம் ‘முடியாது’, ஓச்சி, *óxi* என முழங்கிய தினம். 1940 அக்டோபர் 28இல் அவர்கள் சொன்ன அந்த ‘முடியாது’, முசோலினி கிரீஸ் மீது போர் தொடுக்கப் போதுமானதாக இருந்தது.

நான் தொல்லியல் தளங்களைத் தேடிப் பீடபூமியான லசிதியின் சிக்ரோஸ் கிராமத்திற்குச் சென்றேன். மிகக் குளிராக இருக்கவே சீக்கிரமாகப் படுக்கைக்குச் சென்றுவிட்டேன், திடீரெனக் கேட்ட உரத்த இசையால் தூக்கம் கலைந்து என்ன நடக்கிறது எனக் காண எழுந்துகொண்டேன். என் அறையிலிருந்து கொஞ்சம் தள்ளி ஒரு கட்டடம், அதன் கூடம் மக்களால் நிரம்பிவழிந்துகொண்டிருந்தது. பெண்கள் கைகளையும் கால்களையும் வீசி வெறித்தனமாக ஆடிக்கொண்டிருந்தார்கள். இடையே புக வேண்டாமெனச் சிறிது நேரம் உட்கார்ந்திருந்தேன், ஆனால் இசை இடைவிடாமல் மேலும் மேலும் ஒலித்துக்கொண்டேயிருந்ததும் என்னால் ஆடாமல் இருக்கமுடியவில்லை. சுவர்கள் சுழன்றன, இசை தளும்பியது, முகங்களும் உடல்களும் அசைந்தாடின. சுற்றியிருந்தவர்கள் என்னைப் பார்த்துப் புன்னகைத்தார்கள், ஒரு பெண் என் கையைப் பிடித்து நடனமாடும் தளத்திற்கு அழைத்துச்செல்வதும் கொண்டுவிடுவதுமாய் இருந்தார், கடைசியில் என்னை ஒரு சுழற்றுச் சுழற்றிவிட்டார். மூச்சுவாங்க நான் மறுபடியும் உட்கார்ந்துகொண்டேன்.

மறுநாள் நான் திக்டேயன் குகைக்குச் சென்றேன். ஜீயஸ் யூரோப்பாவைக் கடத்திவந்து இந்தக் குகையில்தான் அடைத்துவைத்திருந்தார். ஜீயஸ் வெண்ணிறக் காளையாக உருமாறிக்கொண்டார். எல்லாப் புராதனப் பெண்களையும் போல யூரோப்பாவும் தன் தோழிகளுடன் மலர் பறித்துக் கொண்டிருந்தாள். காளையைத் தட்டிக்கொடுத்தாள், துணிச்சல்மிக்க அந்த இளம்பெண் அதன்மீது சவாரி செய்ய ஏறினாள். அதுதான் அவள் செய்த பெருந்தவறு, ஜீயஸ் சட்டென அங்கிருந்து கிளம்பி, கிரேட்டிற்கு நீந்தி வந்து, அவளை திக்டேயன் குகையில் அடைத்துவிட்டார். அவளிடமிருந்துதான் மினோன் வம்சத்தினர் அனைவரும் உருவாகினர்.

சுற்றிப்பார்ப்பதற்குக் குகை வாயிலின் வெளியே பெரிதாய் ஒன்றுமில்லை. சுற்றுலாப்பயணிகளின் வரத்து நின்றுவிட்டதால் வாயிலை மூடிவிட்டார்கள். நான் வேலியேறிக் குதித்தேன், கிரேட் தெய்வத்தின் பழம்பெரும் புனிதத்தலங்களில் பொதுவாய்க் காணக்கிடைக்கும் குறுகிய பிளவுவொன்றின் வழியாக உள்ளே சென்றேன். உள்ளே பல 'அறைகள்' இருந்தன, சிலவற்றில் மிக அழகான தொங்கூசிப் பாறைகள். வாயடைத்துப்போனேன், என் இதயம் விம்மியது. பயபக்தியுடன் செய்தேனா எனத் தெரியவில்லை. என் கை என் நெற்றியையும் பிறகு என் இதயத்தையும் தொட்டுத்திரும்பியதைக் கண்டு வியந்தேன். என்னை இருள் சூழ்ந்தது. ஆகப்பெரும் பாதுகாப்புணர்வொன்று என்னுள் நிறைந்தது, இது மிக அரிது. சந்தேகத்துடன் என் காலடிகளை ஆழ்இருளுக்குள் எடுத்துவைத்தேன், என் கைகளால் சுவரிலிருந்த புடைப்புகளைத் தொட்டுணர்ந்தபடி மெல்ல மெல்ல முன்னே நகர்ந்தேன். இப்படியே எவ்வளவு நேரம் நடந்தேன் எனத் தெரியவில்லை, கீழே உட்கார்ந்துகொண்டு செவிமடுத்தேன். பலவருடங்கள் ஆகியிருக்கலாம். வந்தவழியே செல்லத் திரும்பியபோது, கண்ணீர்த்துளிகள் – ஒரு குகைக்குள் சொட்டும் நீர்ச்சொட்டுகளைப்போலே – என் முகத்தில் வழிந்தோடின. ஒளியின் முதல் வட்டம் தெரிந்தபோது நான் மீண்டும் வாயடைத்துப் போனேன். யாரும் என்னைப் பார்த்திருக்கமாட்டார்கள் என்ற நம்பிக்கையுடன் மீண்டும் வேலிமீது தாவியேறினேன், டவுனுக்குத் திரும்பி இனிமையான காபி ஒன்று குடித்தேன்.

நாள் 2

கதவு திறக்கிறது. என்னை நோக்கிக் காலடிகள் வருகின்றன. என் தலைமறைப்பைப் பிடித்திழுக்கிறார்கள். அது இறுக்கமாக இருப்பதால் வரமறுக்கிறது. அவர்கள் அதன் முடிச்சை அவிழ்த்ததும் காற்று என் முகத்தில் அறைகிறது. அவன் திரும்பிச்செல்கிறான், கண்கூசும் திடீர் வெளிச்சத்தில் திரும்பிச்செல்கிற அவனது தலையையும் கழுத்தையும்தான் என்னால் பார்க்க முடிகிறது. என் கண்கள் வெளிச்சத்துக்குப் பழகிக்கொண்டிருக்க, உட்கார்ந்தபடி நான் விழித்து விழித்துப் பார்க்கிறேன். அரைவெளிச்சம்தான் இருக்கிறது. சுவர்களையும், சுவரில் நீண்டிருந்த தட்டிலிருந்து படுக்கை இருக்கும் வசத்தையும், வாளி இருக்கும் இடத்தையும் பார்க்கிறேன். கதவுக்கு அருகில் அட்டையாலான ஒரு தட்டு இருக்கிறது. மெதுவாக எழுந்து அதை நோக்கி நடக்கிறேன். குனிந்து பார்த்தபோது ஒரு பிளாஸ்டிக் கோப்பையில் ஏதோ பழுப்புநிறத் திரவமும், ஒரு ரொட்டிச்சுருளும், ஒரு டின் கொத்துக்கறியும் இருப்பது தெரிகிறது. சிறுகுடல் பெருங்குடலைத் தின்றுகொண்டிருந்தபோதும் அதைப் பார்த்ததில் எனக்குப் பசியே போய்விட்டது. நான் சாப்பிட்டு இருபத்துநான்கு மணிநேரம் ஆகியிருக்கும். ரொட்டியை எடுக்கிறேன். காய்ந்து பழசாகிப்போன ரொட்டி. திரவத்தைக் குடித்துப் பார்க்கிறேன். வெறும் கழனித்தண்ணீர், மலிவான உடனடிக் காபி. கொத்துக்கறி டின்னைத் தொடவில்லை. அதைச் சுவர் தட்டின் பின்புறம் பாதுகாப்பாக வைக்கிறேன். நல்ல பசியெடுக்கும்போது அதை என்னால் சாப்பிட முடியலாம். இல்லையென்றால் பங்குபோட ஏதாவது விலங்கு வரலாம்.

உடலை விற்பதாகக் குற்றம்சாட்டப்படுவது எத்தனை முரண். எங்களிடமிருந்து அவர்களுக்கு வேண்டியது அதுதானா? அதைச் செய்யத்தான் நாங்கள் ஏங்கிக்கிடப்பதாக நினைக்கிறார்களா? அது வாழ்வதற்கான அவர்களின் யோசனை, என்னுடையது கிடையாது. அந்த இடமே

படுகேவலமாக இருந்தது. புகைப்படங்கள் பிடிப்பதற்காக ஆண்கள் வரும் இடம். அங்கிருந்த இளம்பெண்கள் எல்லாம் அப்போதுதான் பள்ளிப்படிப்பை முடித்திருந்தவர்கள். பணத்தால் மானத்தை வாங்க முடியாது என்பதை அறியாத வயது. அன்று நான் அணிந்தபடி நின்றிருந்த மஞ்சள்நிற உள்ளாடை என்னை மறைக்கப் போதுமானதாக இருக்கவில்லை. அப்படியொன்றும் நான் ஒல்லியில்லை, ஓரளவு பூசினாற்போல இருந்தேன். அதேசமயம் தேவையான நீண்ட தலைமுடி எனக்கு இருந்தது. அழகாகத் தோற்றமளிக்க முயன்றேன். அதற்குமுன்னர் நான் புகைப்பட ஸ்டுடியோவைப் பார்த்ததேயில்லை. ஒளியைச் சிதறடிக்க அவன் ஒரு வெள்ளி முலாமிட்ட குடை வைத்திருந்தான். அவனுக்கு அது தொழில், அவ்வளவுதான். அதன்பிறகு என்ன நடந்தது என்று இப்போது யோசித்துப் பார்க்கிறேன். அந்த போட்டோக்கள் என்னவாகின? எனக்கும் என்னைப்போல லட்சக்கணக்கானோருக்கும் தினந்தோறும் கேட்காமலே வந்து கொட்டிக்கொண்டிருக்கும் ஆபாசப் படங்களில் அவையும் இருக்கின்றனவா? அவன் எடுத்த போட்டோக்கள் புத்தகத்தில் வந்தன. அதில் இளம்பெண்களின் புகைப்படங்களுக்கெனத் தனிப் பகுதியுண்டு, ஆண்களின் ரசனைக்குப் பிடித்தது போலயார் இருக்கிறார்களோ அதைப்பொறுத்து வேலை கிடைக்கும். அவர்கள் இன்ஸ்டாமேடிக், எஸ் எல் ஆர் கேமராக்களோடு வந்தார்கள், சமயங்களில் ஹேசல்பால்டு கேமராவும் கொண்டுவந்தார்கள். அந்த ஆண்கள் ஒவ்வொருவரையும் நான் ஒருமுறைதான் பார்த்திருக்கிறேன்.

தேசி

பெட்டிக்குள் கடிதங்களும் இருந்தன. அதுவொரு பிரம்மாண்டமான புதிர்ப்படம், பெட்டியிலிருந்த படம் எப்படி இருக்குமென எனக்குத் தெரியாது. எனக்கு இது ஒருமுறை நடந்துள்ளது. பைத்தியமென நினைத்து என் குடும்பத்தார் என்னை மருத்துவமனையில் சேர்த்துவிட்டிருந்தார்கள். நான் பைத்தியமில்லை, வாழ்க்கையைக் கண்டு அதிகமாக உணர்ச்சிவசப்பட்டிருந்தேன், அவ்வளவுதான். என் தலைக்குள் ஓராயிரம் விஷயங்கள் ஓடிக்கொண்டிருந்தன. என்னைப் பார்ப்பதற்கு ஒரு தோழி வந்தாள். என் நண்பர்கள் கிட்டத்தட்ட என்னைக் கைவிட்டுவிட்டார்கள். கிறுக்கி – நேர்த்தியாகப் பள்ளிச்சீருடையணிந்திருக்கும் அவர்கள் கேலிசெய்வது எனக்குக் கேட்கும். ஆனால் இவள் மட்டும் வந்தாள். அவளுக்கு வார்த்தைகள் சிக்கிக்கொண்டன. அவளைக் குறைசொல்ல முடியாது; மனவுறுதி கொண்ட ஆட்களையும்கூட பைத்தியக்கார மருத்துவமனைகள் அசைத்துப் பார்த்துவிடும். அவள் எனக்கொரு புதிர்ப்படம் கொண்டுவந்தாள். தினந்தோறும் மதியம் தரையில் உட்கார்ந்துகொண்டு அதன் பாகங்களை இணைக்க முயல்வேன். ஓரளவு பிடி கிட்டியபிறகுதான் புரிந்தது, பெட்டியிலிருந்த படமும் புதிர்ப்படத்தில் இருந்த படமும் ஒன்றல்ல என்பது. அதை ஒன்றுசேர்க்க மிகவும் சிரமப்பட்டேன்.

ஆனால் அந்தத் தோழி தனது வித்தியாசமான அன்பளிப்பின் மூலம் உண்மையிலேயே எனக்கு உதவியிருக்கிறாள். எவ்வளவு முயன்றும் என்னால் படத்தை இணைக்க முடியவில்லை. என் குடும்பத்தினரோ என்னிடம் இருந்ததைவிட முற்றிலும் வேறான படங்களை ஒன்றுசேர்த்து விளையாடிக்கொண்டிருந்தார்கள். ஒழுங்கான படுகைகள், மலர்வரிசைகளுடன் முறையாகப் பராமரிக்கப்பட்ட பூங்காக்கள் அவர்களின் படங்களில் இருந்தன. என்னுடையது? அழுகும் பழங்களின் மணத்துடன் ஈரப்பதம் மிகுந்த மழைக்காடு.

அங்கு மரங்களில் பறவைகள் கூவும், புதர்களில் பல்லிகள் சரசரக்கும், பூஞ்சைக் காளான்கள் மௌனமாக வாடிவதங்கும்.

இந்த நகரத்தில் பெரிதாய் மழைக்காடெல்லாம் இல்லை; ஆனால் பழைய தொழிற்சாலைக் கிட்டங்கிகள் சூழ்ந்த என் பகுதியில் ஒரு சிறு தோட்டத்தை உருவாக்கியிருந்தேன். போதுமான அளவு சூரியவெளிச்சத்திற்காகச் செடிகள் தத்தளிக்கும்; என் எழுத்தைப் போலவே, நடந்துகொண்டேயிருக்கும் வேலை இது.

நேற்று சிட்னி ரோட்டில் திருமண நிகழ்வுக்கான பொருட்கள் விற்கும் பகுதியில் சுற்றிக்கொண்டிருந்தேன். திருமணத்துக்கும் விவாகரத்துக்குமான பாழ்நிலம் அது. ஏன் இதற்குப்போய் இத்தனை ஆடம்பரச் செலவு செய்து உடுத்திக்கொள்கிறார்கள்? மணப்பெண் கவுன்களும் மணமகன் டக்சீடோக்களும் விற்கும் கடைகளிலும், சிறந்த கேக்குகளும் வாழ்த்தட்டைகளும் விற்கும் கடைகளிலும், திருமணம் சம்பந்தப்பட்ட இன்னும் பல பொருட்கள் விற்கும் கடைகளிலும் நுழைந்து பார்த்தேன். லெஸ்பியன்களும்கூட இதைச் செய்கிறார்கள். எனக்குக் கத்த வேண்டும்போல் இருந்தது: எதையாவது உருப்படியாகச் செய்யுங்களேன்; உறவு என்பது ஒருநாள் கூத்து கிடையாது; உறவுக்கு அடையாளமா அது ஆகியிருந்தால்தான் என்ன?

அன்புக் காதலி மெர்சிடிஸ்,

நான் உன்னிடம் ஒரு கனவைச் சொல்ல வேண்டும். நானொரு பறவையாக இருக்கிறேன். மஞ்சள் மார்புடன் பளிச்சென இருக்கும் சின்னஞ்சிறு பருதிப்புள் நான். நானொரு சாகச விரும்பி, பெரிய பெரிய ஹெலிகோனியா மலர்களில் தொங்கி ஆடிக்கொண்டிருக்கிறேன். சூரியன் எழும்போது நீர் நிரப்பிய கோப்பைக்குள் என் அலகை நனைக்கிறேன். நான் உன்னைத் தொடுவானம் அருகே பார்க்கிறேன், மலைவிளிம்பின் பக்கம் வானில் மிதக்கிறாய். சரேலெனப் பறந்து கடக்கிறாய். இதற்கிடையில், ஒளிபொருந்திய உடல்கொண்ட நான், இரைதேடும் உன் ஆவேசத்திற்குப் பலியாகவில்லை. அதாவது, மரங்கள் வளைந்து முறிகின்ற, உலகம் உடைந்து நொறுங்குகின்ற நாள்வரை. மலர்கள் பிய்ந்து கிடக்கின்றன. எங்கள் எவருக்கும் உணவில்லை. அன்றைய நாள் உருவாகிவரும் வேளை, நீ மீண்டும் தொடுவானில் தோன்றுகிறாய், ஆனால் இப்போது நீ கடற்கரை மேலே பறக்காமல் நேராக என்னைப் பார்த்து வருகிறாய். அமைதியாக இருக்கிறாய், நீயொரு அரண், ஒரே சமயத்தில் வசீகரமாகவும் அச்சுறுத்தும்படியும் தோன்றுகிறாய், பிறகு கீழே பாய்கிறாய்.

உன்னைப் பார்த்து நான் அலறுகிறேன். கத்திக் கதறுகிறேன். மெர்சிடிஸ். மெர்சிடிஸ். நான்தான். நிறுத்து. நான்தான். ஆனால் நீ என்னை நோக்கி வருகிறாய், சட்டெனப் பாய்கிறாய், உன் கூர்நகங்களால் என்னைப் பிடித்து மேலே நீ தூக்கிச் செல்லும்போது நான் மூர்ச்சையாகிறேன்.

ஒரு பாடல் என் தலைக்குள்ளே சுற்றிச் சுற்றி வருகிறது. நாட்கணக்காக அது இருக்கிறது; ஆனாலும் என்னால் அதை நினைவுபடுத்திக்கொள்ள முடியவில்லை. துண்டு துண்டாகத்தான் அதன் வரிகள் எனக்குத் தெரியும்.

...மேகங்கள் கடல் மேலே...
கண்ணாடி உடைந்து...
நீரில் பயணித்து... பறந்துசெல்லும் பறவைகள்

ஸாப்போ எப்படி உணர்ந்திருப்பார் என என்னால் புரிந்து கொள்ள முடிகிறது. உடைந்த வார்த்தைகள். மொழிச் சில்லுகள். நொறுங்கிப்போன பாடல். எனக்கு யாரிடமாவது அதைப் பாடிக்காட்ட வேண்டும் போலிருந்தது. பாட வேண்டும், என் குரல் ஓங்கி ஒலிக்கும்படி. ஆனால் இங்கேயில்லை. இவர்களுக்கு எதையும் தரக்கூடாது. உடைந்த பாடலைக்கூட.

பாடல்கள். அந்தக் கீர்த்தனைகள். பிரிவுத்துயரைப் பாடுபவை, உணர்வுகளைத் தூண்டுபவை. ஹோமரின் கீர்த்தனைகளைப் பற்றித்தான் சொல்கிறேன். ஓ திமித்ரோ*, பவ்போவின் ஆபாசத்தைக் கண்டு சிரித்தவளே. நம் நகைச்சுவையெல்லாம் எங்கே போயிற்று? ஏன் இந்த உலகம் இத்தனை பைத்தியமாகிவிட்டது? உங்கள் காலத்திலும் உலகம் இதேபோலத்தான் பைத்தியமாக இருந்ததா? நான் இங்கு என்ன செய்கிறேன்? அவர்களுக்கு என்னிடமிருந்து என்ன வேண்டும்? என்றோ இறந்துபோன பெண் தெய்வங்களுக்காக என் தலைக்குள் பழம்பெரும் பாடல்களைப் பாடுவதைத் தவிர என்னால் வேறென்ன செய்ய முடியும்?

---

* உழவுக்கான பெண்தெய்வம்

தேசி

அந்தப் பெண் தெய்வங்கள் ஒன்றும் இறந்துபோக வில்லை. அதாவது ஒரேயடியாக இறந்துபோகவில்லை! நிஜமாகவே இறந்துபோகவில்லை! அவர்கள் சுழற்சி முறையில் பிறந்து வந்துகொண்டுதான் இருக்கிறார்கள். நாம் யாரிடம் பேசுகிறோம் என்பதைப் பொறுத்தது அது. எனக்கொரு உடலுறவுத்தோழன் இருந்தான். அவன் நல்ல மாதிரிதான், தெரிந்துகொள்ளுங்கள். நண்பர்களாக மட்டும்தான் இருந்தோம். எங்களுக்குப் பதினைந்து வயதிருக்கும்போது இது தொடங்கியது. அவன் என் வீட்டிற்கு வந்து தங்குவான். முதல் நாளிரவில் அவன் மிகப் பதற்றமாக இருந்தான். போர்வைக்கு வெளியேதான் படுத்தான், அவன் தள்ளிப்போய்ப் படுத்திருந்ததைப் பார்த்தால் கட்டிலிலிருந்து விழுந்துவிடுவான் போலிருந்தது. அம்மாவும் அப்பாவும் அவன் நல்லமாதிரி என நினைத்துக்கொண்டார்கள், அவன் போர்வைக்கு வெளியே படுத்திருந்ததும் அவர்களுக்குத் தெரியும் – எது எப்படியோ தங்களின் மகள் எங்கிருக்கிறாள் எனத் தெரிந்தால் போதும் அவர்களுக்கு. அதன் பிறகுதான் எல்லாம் நடக்க ஆரம்பித்தது, மெதுவாக நடந்தது, நன்றாகவே இருந்தது. நாங்கள் படுத்துக் கொள்வதை விடவும் நிறைய நேரம் பேசிக்கழித்தோம். எல்லாவற்றைப் பற்றியும் பேசினோம்: மீதமான உணவை வீணாக்காமல் எப்படி உபயோகிப்பது (சுற்றுச்சூழல் பாதுகாப்பு என்பது மோஸ்தராவதற்கு முன்னரே நாங்கள் அப்படி இருந்தோம்); அவசியமேற்பட்டால் எப்படித் தற்கொலை செய்துகொள்வது என்பதை எல்லாம்; இணைப் பிரபஞ்சங்களைப் பற்றிப் பேசினோம், அவை இருக்கின்றன என்றும் நம்பினோம் (இதுதொடர்பான அறிவியலை அப்போது நான் நன்கு அறிந்திருந்தேன்); தெய்வங்கள் (அருள்மிகு வேண்டாமே) பற்றிப் பேசினோம், ஏன் பெண் தெய்வங்களே இல்லை என்பதையும் பேசினோம்; எங்கள் உடலிலிருந்த எல்லாத் துவாரங்களையும் ஆராய்ந்தோம்; இன்னும் என்னென்னவோ.

இடையில் இரண்டு நாட்கள் இல்லை. இடைவெளி. நாள் 3உம் 4உம் இல்லை. 'விட்டிக்' சொல்வதுபோல 'லாகுனா' இடைவெளி. இடைவெளிகள் எப்போதும் உண்டு.

நாள் 5

முதல்நாள் இரவின்போது என் நாசிகளில் மோதிய நெடி. இப்போதும் அது காற்றில் தொக்கி நிற்கிறது, ஆனால் நான் அதற்குப் பழகிக்கொண்டிருக்கிறேன். விலங்குகளை வெட்டும் இறைச்சிக்கொட்டிலின் நெடி. அவர்கள் எங்களுக்கும் இதைத்தான் செய்யப்போகிறார்களா? எங்களுக்கு எனச் சொல்லுகிறேன், ஆனால் அந்த நாங்கள்தான் யார் என்று எனக்குத் தெரியவில்லை. என்னால் மற்றவர்களின் குரல்களைக் கேட்க முடிவதால் நான் தனியள் இல்லை என நம்பிக்கொண்டிருக்கிறேன். அதேசமயம் வேறு எவருக்கும் இது நடப்பதிலும் எனக்கு விருப்பமில்லை.

சில நாட்கள் இந்த நெடியோடு வேறுசில வாடைகளும் சேர்ந்துகொள்ளும். எரியும் சதையை எனக்கு அது நினைவுபடுத்தும். யாருடைய சதை? விலங்குடையதா, மனிதனுடையதா? கனிமம், என்கிறான் கோமாளி. 'இருபது கேள்விகள்' விளையாட்டா இது? கேள்விகளின் ஆட்டம்தான் இது. குளறுபடியாகிவிட்ட தொலைக்காட்சி வினாடிவினா நிகழ்ச்சியைப்போல. அர்த்தமில்லாத கேள்விகள். பதில்கள் இல்லாத கேள்விகள். யாருடன் போட்டியிடுகிறோம் என்பதோ எதை வெல்வோம் என்பதோ போட்டியாளர்களுக்குத் தெரியாது. எதை இழப்போம் என்பதையும். வினாடிவினா, சொர்க்கத்துக்கா நரகத்துக்கா என்பது தீர்மானமாகும் கணக்கன் சபை.

எங்கே வலிப்பு வந்துவிடுமோ எனக் கலங்கிக்கொண்டே இருக்கிறேன், அப்படியே வந்தாலும் அதுதான் என எனக்குத் தெரியாது. இங்கு என்னிடம் மாத்திரைகள் இல்லை, இன்னும் வலிப்பு வராததை நினைத்து ஆச்சரியமாக இருக்கிறது. இதுபோல நடுஇரவில் விழிப்பு வந்து, மாத்திரைகள் கொண்டுவர மறந்துபோனதை அறிந்த நாட்களை நினைத்துக்கொள்கிறேன். ஒருமுறை, என் தோழியொருத்தி அவளது தாயாரின் வேலியம் மாத்திரைகளை எனக்காகத் தேடிப்பார்த்தாள். மருந்து உட்கொள்ளாததால் ஏற்பட்ட பதற்றத்தில் உடலெல்லாம் புல்லரித்துப்போய்ப் பீதியில் நின்றுகொண்டிருந்தேன். வலிப்புத் தடுப்பு மருந்துகள் இல்லாமல் நான் நீண்டகாலம் இருப்பது இப்போதுதான்.

என் தலைக்குள் பல விஷயங்கள் இருக்கின்றன. அவற்றைப் பாடல்கள் எனச் சொல்லலாமா என்று தெரியவில்லை. ஆனால் அரைகுறையாக உருவான வரிகள்கூட என்னை இந்த நாற்றமடிக்கும் விலங்குக் கொட்டிலிலிருந்து வெளியே இழுத்துச்செல்கின்றன. இந்த இறைச்சிக்கூடத்தில் இருந்து.

என்னிடம் பாடுங்கள், ஓ மூஸே, மெடியாவைப் பற்றி,
நீண்ட தூரம் பயணித்து நிறையக் கற்றுக்கொண்ட
அவளைப்பற்றி
(நிறையக் கற்றுக்கொண்டிருப்பாள்).
என்னிடம் பாடுங்கள், மூஸே, கடந்துபோன நாட்களைப்
பற்றி,
நவீனகாலத்தின் தவறுகளை அறிந்திராத ஓர் உலகமாக
இவ்வுலகம் இருந்த காலங்களைப் பற்றி.

சொல்லுங்கள் எனக்கு அவளது கதையை:
தனக்குச் சொந்தமாகியிருக்க வேண்டிய நிலத்தை விட்டு
அவள் நீங்கிய கதையை,
அவள் தனது திறனால் புனிதச் சின்னத்தை
வெற்றிகரமாகக்
கைப்பற்றிய கதையை.
பெயரறியாத நாடுகளின் ஆறுகளிலும்
சீறும் கடல்களிலும் பயணித்துப் பயணித்துச்
சென்ற இடங்களிலெல்லாம்
அவளது விதிமுறை புறக்கணிக்கப்பட்ட
பெண்ணைப்பற்றி எனக்குச் சொல்லுங்கள்.

மீண்டும் எனக்குச் சொல்லுங்கள், ஓ கவிதையும் பாடலும்
புனையும் கலைதெய்வம் மூஸே,
உலகைக் காக்கக் கொலைகள் செய்த பெண்ணைப் பற்றி,
தீயுமிழும் டிராகன்கள் இழுத்துச்செல்லும் தேரில்
நட்சத்திரங்களுக்குத் திரும்பிச்சென்ற பெண்ணைப் பற்றி.

அப்படியொருத்தி இருந்ததே இல்லை என்கிறார்கள் இன்று,
ஆனால் நீங்களும் நானும் நன்கு அறிவோம்.
பெண் தெய்வமே, என்றென்றும் வாழ்பவளின் மகளே,
உங்கள் கதையைச் சொல்லுங்கள் எங்களுக்கு.

இந்தக் கவிதை இரவு முழுவதும் என் தலைக்குள் முழங்கிக் கொண்டிருந்தது. ஹோமரின் கீர்த்தனைகளைப் போலே ஒவ்வொரு வரியாக உருவாகிவந்தது. எனது ஹோமரியப் பழிவாங்கும் பாடல். பழிவாங்குவதும் இதேபோல் எளிமையாக இருந்தால் எவ்வளவு நன்றாகயிருக்கும். நாடுகடத்தும் முன்னராவது மெடியாவுக்குத் தான் ஏமாற்றப்பட்டுவிட்டோம்

என்பது புரிந்துவிடுகிறது. அவளது நிலம், அவளது கௌரவம், அவளது வாழ்க்கைக்கு அர்த்தம் கொடுத்த அனைத்தும் அவளிடமிருந்து பிடுங்கப்பட்டுவிட்டன. அதனால்தான் அவள் பழிவாங்கினாள். ஜேசன் யாரையெல்லாம் மிகவும் முக்கியமானவர்களாகக் கருதினானோ அவர்களைக் கொன்றாள். தனது மகன்களை. ஜேசன் கிளாவ்கேவை மணந்துகொண்டால் அவளது மகன்களாக அவர்கள் இருக்கமாட்டார்கள். தனது மகன்கள் ஜேசனின் வம்சத்தைக் கொண்டுசெல்வார்களே தவிர தன்னுடைய வம்சத்தை அல்ல. மெடியா தனக்கு விதிக்கப்பட்ட வாழ்க்கையை அப்படியே ஏற்றுக்கொண்டிருந்தால் நாம் அவளை அறிந்திருப்போமா? ஒரு பெண்ணின் கௌரவம் குலைக்கப்படும்போதும், அவளது உடலின்மீது வன்முறை கட்டவிழ்க்கப்படும்போதும் அவள் என்ன செய்ய முடியும்? ஆண்கள் செய்ய முடிவதற்கும் பெண்கள் செய்ய முடிவதற்கும் வேறுபாடு உண்டா? இங்கிருக்கும் ஆண்களின் – இப்போதுவரைக்கும் அனைவரும் ஆண்களாகத்தான் இருந்துள்ளனர் – செயல்களுக்கெல்லாம் அதிகாரம் படைத்தவர்களின் ஒப்புதல் கிடைத்திருக்கிறது. அரசுகளாக மாறிவிட்ட பெருநிறுவனங்களின் ஒப்புதல். என்னால் என்ன செய்ய முடியும்? என் அறிவு அனுமதிக்கும்போது பழிவாங்கும் கவிதைகளை என் தலைக்குள்ளேயே எழுதிக்கொள்ளவா?

நாள் 5

அவர்கள் தரும் உணவும் அடிக்கடி வருவதில்லை. அது மட்டுமே இங்கு உணவு கிடையாது. அவர்கள் தங்களுக்கெனச் சமைக்கும் இறைச்சியின் வாசம் வருவதுண்டு. நெருப்பில் வாட்டிய இறைச்சி.

அவர்கள் இறைச்சி சமைக்கும்போது எனக்குச் சத்தங்கள் கேட்கும். குடுகுடுவென எதுவோ ஓடும் சத்தம். எலிகளா? அல்லது சமயங்களில் என் கண்ணில் படும் பெருச்சாளியா? அது எதுவாக இருந்தாலும், அதற்கு இறைச்சி பிடித்திருக்கிறது. இறைச்சியின் வாசம் வரும் நாட்களில் எனக்கும் சாப்பிடக் கிடைக்கும். கிடைப்பதென்னவோ நீர்த்துப்போன சூப்போன்ற ஒன்று. அது இறைச்சியாகக்கூட இருந்திருக்கலாம் ஆனால் கொதித்துக் கொதித்து எலும்புமஜ்ஜைகள் மட்டுமே அதில் மீந்திருக்கும். பெயருக்குச் சில பருக்கைகள் அந்த சூப்பில் மிதக்கும், அடையாளமே தெரியாதபடி. அதில் கிடப்பவை எனக்குப் பிடிக்காத காய்கறிகள் – ப்ரோக்கலி, காலிபிளவர், முட்டைக்கோசு, கிளைக்கோசு, வோக்கோசு. எனக்குப் பிடிக்காததையெல்லாம் அவர்கள் எப்படி மிகச் சரியாகத் தெரிந்துவைத்திருக்கிறார்கள்?

இப்படி உணவைப் பற்றியே யோசிப்பது என்னை என் கதையிலிருந்து திசைதிருப்புகிறது. என்னால் அதில் முழுவதுமாக ஈடுபட முடியவில்லை. ஏதாவது எளிய விஷயத்திலிருந்து துவங்க வேண்டும். என் வாழ்வைப் போன்ற ஒன்றிலிருந்து. என்னுடையது அப்படியொன்றும் மிக அசாதாரண வாழ்வு இல்லைதான், இருந்தாலும் இந்தப் படுபயங்கரமான சூழலைத்தவிர்த்து வேறெதிலாவது என் மூளையின் கவனத்தை நான் குவிக்க வேண்டியிருக்கிறது.

எனக்கு ஐம்பத்து மூன்று வயது. என் வாழ்வின் தத்துவங்களைத் தாள்களில் எழுதிவைக்க வேண்டுமெனப் பல வருடங்களாக முயன்றுகொண்டிருக்கிறேன், ஆனால் அதற்கான நேரம் கிடைத்ததில்லை. இப்போது என்னிடம் நேரத்தைத் தவிர வேறொன்றுமில்லை. என் மூளையில்தான் எழுதிவைத்துக்கொள்ள வேண்டும்.

நான் எல்லாம் நன்மைக்கே என நினைப்பவள். இக்காலத்தில் ஒரு பெண்ணியவாதி அப்படித்தான் இருக்க முடியும். விலங்குகளும் மரங்களும் பரந்துவிரிந்த வெளிகளும் சூழ நான் வளர்ந்தேன். என் பால்யம் முழுவதும் வீட்டுக்கு வெளியேதான் கழிந்தது, பண்ணையில்.

என் அப்பா நிக், போர் முடிந்து புது மனைவியுடன் ஊர் திரும்பியவர், அவரது பால்யகாலப் பண்ணைக்கே மீண்டும் சென்றார். அவரது கிரேக்கப் புது மனைவி காஸண்ட்ரா எத்தனை விவரமானவர் என்பதைத் தெரிந்துகொள்ள உள்ளூர்வாசிகளுக்குக் கொஞ்சம் காலம் பிடித்தது. அவர் பண்ணை வேலைகளை அறிந்திருந்தார். கூடிய சீக்கிரத்திலேயே பதிவுபெற்ற கம்பளித் தரமதிப்பீட்டாளராக ஆனார். செவ்விலக்கியங்களையும் கற்றுத் தேர்ந்திருந்தார். அங்கு வாழ்வு கடினமாகத்தான் இருந்தது அவருக்கு, ஆனாலும் கஷ்டங்களையெல்லாம் தாங்கிக்கொண்டார். எங்களைப் போலத்தான் எல்லோருக்கும் கஷ்டமிருக்கிறது என்று நினைத்துக்கொண்டோம்.

அவர் இறந்தபிறகுதான், நகரத்தின் சுரங்கத் தொழிலாளர்கள் வந்துசெல்லும் மில்க்பார் ஒன்றை நடத்திவந்த பெண்ணுடன் அவருக்கு நட்பு இருந்தது எனக்குத் தெரியவந்தது. அந்தக் காலத்தில், புறநகர்ப்பகுதிகளின் ரயில்பாதைகள் அருகே இருந்த அனைத்துக் காபிக்கடைகளையும் மில்க்பார்களையும் கிரேக்கர்களே நடத்திவந்தார்கள். மில்க்பாருக்குப் பின்புறம் இருந்த சமையலறையில் உட்கார்ந்து, காஸ் என எல்லோராலும் அழைக்கப்பட்ட என் அம்மாவும் டெஸ்பினாவும் கிரேக்க இனிப்புக் காபியைப் பருகியபடி, கிரேக்க மொழியில், செய்தித்தாள் Neos Kosmos வில் – அதே ரயில்பாதைகளின்

அருகே அது விநியோகிக்கப்படும்—வந்த செய்திகளைப் பகிர்ந்துகொள்வது நினைவுக்கு வருகிறது எனக்கு. அவர்கள் நட்பை வெளிப்படையாகக் காட்டிக்கொள்ளவில்லை, ஆனால் அவர்கள் நிச்சயமாக ஒருவரையொருவர் மிகவும் விரும்பினர். என் அம்மா இங்கு அவரது மொழி, அவரது கலாச்சாரம், தொலைதூரக் கிரேக்கத்தின் அரசியல் பூகம்பங்கள் பற்றியச் செய்திகள் இவையெல்லாம் இல்லாமல் தவித்தார்.

பண்ணையில், நானும் என் தம்பியும் வெறித்தனமாக ஓடுவோம். மரங்களில் ஏறுவோம். மதியப்பொழுதுகள் முழுவதும் வீட்டின் கூரைமீது உட்கார்ந்துகொண்டு, புதர்வேலிகளிருந்த திசையிலும், பாலைவனத்தீவு போலிருந்த எங்களின் பண்ணையைச் சுற்றிலும் இருந்த தட்டை சமவெளிகளின் திசையிலும் பார்த்துக்கொண்டிருப்போம். கூரைமீது இல்லையென்றால், நாங்கள் மிதிவண்டிகளை அவை எவ்வளவு வேகம் போகுமோ அவ்வளவு வேகத்துக்கு மிதித்தோட்டுவோம். சரளைக்கல் ஓடுபாதையில் சறுக்கி ஓட்டுவோம். சரளைக்கல் சிராய்ப்புகளோடுதான் எங்களின் நாள் முடியும். உடலாலேயே செழித்து வளர்ந்த பால்யம் அது. பெரும்பாலான நாட்களில் மரங்களில் ஊஞ்சலாடுவோம், கம்பளிக் கொட்டிலிலோ கோதுமைக் களஞ்சியத்திலோ உள்ள கம்புகளில் தொங்குவோம். இதனால்தான் நான் பிறகு சர்க்கஸிலும் வித்தைகளிலும் ஈடுபட்டேன் என நினைக்கிறேன். எனது வாழ்வின் முதல் பனிரெண்டு வருடங்களைக் கைகளாலும் கால்களாலும் தொங்கி ஊசலாடிக் கழித்ததால் என் இருபத்தியிரண்டு வயதில் ட்ரபீஸில் தொங்கியபோது நான் அப்படியொன்றும் பயப்படவில்லை.

வேடிக்கையாகத்தான் அதில் சேர்ந்தேன். நான் தொடர்ந்து ஊஞ்சலாடவும், எங்களின் சிறு நகரத்திற்கு வருடத்திற்கு ஒருமுறை வரும் நாடோடி சர்க்கஸ்களில் அவர்கள் செய்யும் வித்தைகளைக் கற்றுக்கொள்ளவும் விரும்பினேன். மரப்பலகைகளில் உட்கார்ந்துகொண்டு விர்த் சர்க்கஸின் சாகசக்காரர்கள் புவியீர்ப்புவிசையை எதிர்த்து அந்தரத்தில் ஊசலாடியதையும், சுற்றிச் சுழன்றதையும் அங்கிருந்து பார்த்த நினைவு வருகிறது. ஏதாவது நிரூபித்துக் காட்ட வேண்டும் என்றுதான் அதை செய்யத் துவங்கினோம், வேறு யாருக்காக இல்லையென்றாலும் எங்களுக்கு நாங்களே நிரூபித்துக்கொள்வதற்காக. நாங்கள் நிறையக் கற்றுக்கொண்டோம்; எங்கள் ஒவ்வொருவராலும் என்ன செய்ய முடியும் என்பதையும் நாங்கள் எதற்குப் பீதியடைகிறோம், எதற்குப் பீதியடையவில்லை என்பதையும்.

முதல்நாளின்போது எனக்குப் பயப்பரிசோதனை இருந்தது, கெர்ரி அதை அப்படித்தான் அழைத்தாள். “நல்லது பெண்களே, நம்மை எது பயமுறுத்தும் என்பதைத் தெரிந்துகொள்வோம்” என்றாள். மேலே – வளைந்துகொடுக்கும் குதிப்பலகை, அப்புறம் இடைவெளி, அதற்கு அப்புறமாக ஒரு தாங்குமெத்தை. அந்த இடைவெளியை மிகுந்த துணிச்சலுடன் நாங்கள் தாண்ட வேண்டும். சிலர் கால்களைக் காற்றில் வீசிக் குதித்தார்கள். ஃப்ரான் இரு கைகளையும் விரித்துக் குருவிபோல் மிக அற்புதமாகக் குதித்து, அடிகிடி இன்றிக்

காலூன்றினான். என்னால் குதித்து உருண்டெழ முடியுமென நம்பினேன். கெர்ரி ட்ரபீஸை முன்னும்பின்னுமாக ஆட்டிவிட்டாள், இப்போது நாங்கள் குதிப்பலகையிலிருந்து குதித்து எழும்பி, மேலே ஆடிக்கொண்டிருக்கும் கம்பியைப் பிடிக்க வேண்டும். அது எனக்கு ரொம்ப சந்தோஷத்தைத் தந்தது, புன்னகைத்தபடியே கம்பியிலிருந்து மறுபக்கம் தாவினேன். உயரமான குறுக்கு உத்தரத்தின் ஆட்டம்தான் என்னைப் பயமுறுத்தியது. விளையாட்டின் நடுவில் நான் எதிர்பாராமல் அதைப் பார்த்து, அந்நேரம் அதில் கொஞ்சம் ஆட்டம் தெரிந்தாலும் எனக்கு நடுக்கம் வந்துவிடும்; என் நடுக்கத்தில் உத்திரத்தின் ஆட்டம் இன்னும் கூடிவிடும்.

தேசி

எனது உடலுறவுத்தோழனை – அவன் பெயர் கென் – பற்றிய நல்ல விஷயம், நாங்கள் இருவருமே விளையாட்டுகளை வெறுத்தோம். எங்கள் குடும்பத்தினர் விளையாட நினைத்தாலோ, உடற்பயிற்சி செய்ய முயன்றாலோ, கால்பந்தாட்டத்துக்குப் போக விரும்பினாலோகூட நாங்கள் இருவரும் ஒன்றாகச் சேர்ந்து நாங்கள் செய்ய வேண்டிய விஷயங்களைப்பற்றி யோசிப்போம். இணைய உலா – அதை வீட்டுப்பாடம் எனச் சொல்லிக்கொண்டோம் – மூலம் குறியீடுகளை மொழிமாற்றினோம், புதுப்புது ப்ரோக்ராம்களுடன் விளையாடினோம், பிரபஞ்சத்தின் வயதைக் கணக்கிட்டோம். நாங்கள் சொன்னது உளறலா இல்லை, புத்திசாலித்தனமானதா, இல்லை வேறு எது என்பதெல்லாம் ஒரு பொருட்டேயில்லை. கென்னைப் பற்றிப் பேசும்போது நான் ஏன் “இருந்தான்”, “செய்தான்” எனக் குறிப்பிடுகிறேன் என்பதை நான் சொல்லியாகவேண்டும். அவன் என்னுடனான உறவில் தொடரவில்லை. நாங்கள் பிரிந்தோம் – வாழ்க்கை அதைத்தானே நம் எல்லோருக்கும் செய்கிறது. அவன் வேறொரு பெண் தோழியைத் தேடிக்கொள்ளவும் இல்லை; ஏனெனில் அவனுக்கு இளம்பெண்களிடம் ஆர்வமில்லை – நாங்கள் இதையும்கூடப் பேசினோம். அவன் செய்தான் – நானும் செய்தேன், ஏனெனில் நாங்கள் அதைச் செய்ய வேண்டுமென அனைவரும் – எங்கள் பெற்றோர்களையும் சேர்த்து – எதிர்பார்த்ததால் செய்தோம். எங்கள் உறவில் தடுமாற்றம் இருந்தாலும், நாங்கள் காதல்ஜோடிகள் என அவர்கள் நால்வரும் ஆசுவாசமடைந்திருக்க வேண்டும். இதனால் அவர்கள் இயல்பாக உணர்ந்தார்கள். எங்களை யாரும் தொந்திரவு செய்யாததால் எங்களுக்கும் இது சரியாக இருந்தது. நாங்கள் நீண்டகாலம் இந்த உறவைத் தொடர்வோம் என அவர்கள் நினைத்தார்கள். நாங்கள் பிரிந்ததும் அவன் அவனது வழியைப் பார்த்துக்கொண்டு போய்விட்டான்.

இரவுமுழுவதும் திறந்திருக்கும் கிளப்புகளில் பழியாய்க் கிடந்தான், கழிப்பறைகளில் உடலுறவு கொண்டான், கெட்டழிந்தான். அதேசமயம் நான் அமைதியாகக் காலத்தைக் கழித்தேன். படங்கள் இல்லாத ஜிக்ஸாக்களை இணைத்தேன், பொறுமையைப் பயின்றேன், ஆபாசக் குறுந்தகடுகளைப் பார்த்தேன், நடைபயின்றேன், என் உள்ளே ஒலித்த இசைக்கேற்ப ஆடினேன். பிறகு உறங்கிப்போனேன்.

நாள் 6

இன்று வேறுவிதமாக இருந்தது. வழக்கமான காலை நேரக் களேபரச் சத்தம். குரல்கள். இந்த இடமே காலியாக இருப்பதுபோல இருக்கிறது, குரல்கள் ஒலிக்கும் விதத்தில். நானொருத்தி இங்கு இல்லாததைப்போல அவர்கள் நடந்துகொண்டார்கள். அவர்கள் அப்படித்தான் நடந்து கொள்வார்கள், ஏனெனில் நான் இங்கு இல்லைதான். எத்தனை தலைமறைப்புகள், எத்தனை இறுகக்கட்டிய கண்கட்டுகள், எத்தனை மணப்பெண் முக்காடுகள் அல்லது புர்காக்கள் தேவைப்படுகின்றன ஒரு பெண்ணை ஒரு பொருளாக மாற்றுவதற்கு?

அவர்கள் சீக்கிரமாகவே வந்துவிட்டார்கள். எப்போதும் போல கத்திக்கொண்டு. தலைமறைப்பைக் கொண்டுவந்திருந் தார்கள். தலைமறைப்பைப் பார்த்தாலே பயம் என்னை மூழ்கடிக்கிறது. அவர்கள் எப்போதும் ஏதேனும் ரகசியத்துட னேயே வருகிறார்கள். என் தலைமீது அதை இழுத்து மாட்டினார்கள். நான் எதிர்க்கவில்லை. நான் எதிர்த்து ஏதாவது செய்யமுடிகிற விஷயங்களுக்காக என் பலத்தைக் காத்து வைத்திருக்கிறேன். எனது மனநிலையைப் போல. எனது சுவாசத்தைப்போல. என் கக்கங்களுக்குக் கீழே கையைக் கொடுத்துத் தூக்கி, என் பாதங்கள் தரையில் படாதபடி நடைக்கூடத்தில் என்னைக் கூட்டிச்சென்றனர்.

இந்த அறை வேறு. வாசம் வேறுவிதம். என் பாதங்களின் கீழே தரை வேறுவிதம். எதிரொலிகள்கூட வேறுவிதம். இங்கே சுவர்கள், அவர்கள் என்னை அடைத்துவைத்திருக்கும் இறைச்சிக் கொட்டிலின் சுவர்களைவிட உயரமாக இருப்பதாக எனக்குத் தோன்றியது. கிடைமட்டமாகக் கிடந்த ஏதோவொன்றின் அருகே என்னைக் கொண்டு நிறுத்தினர். அதில் என்னைப் பலவந்தமாகக் கிடத்தினர். என் கைகளை உயர்த்தி, எதிலோ என்னைக் கட்டி ... அதைக் கட்டில் எனவும் கூற முடியாது. என்னை அங்கேயே விட்டுச்சென்றனர்.

நான் கேஸியுடன் புதர்களிடையே நடக்கிறேன். காதுகளை விறைத்துக்கொண்டு அவள் முன்னே ஓடுகிறாள். அவளது உடலின் ஒவ்வொரு மயிர்க்காலும் எதிர்ப்பார்ப்பில் குத்திட்டு நிற்கிறது. இங்கு முயல்கள் இருக்கின்றன. எங்கள் இருவருக்கும் அது தெரியும். காலி முயல்பண்ணை ஒன்றுக்கு நாங்கள் வந்துசேர்ந்ததும், அவள் தனது வாலை மேலும் கீழுமாக ஆட்டி, தலைகுனிந்து, பிருஷ்டம் தூக்கி ஒவ்வொரு வளையாக மோப்பம் பிடிக்கிறாள். முயல்பண்ணை முழுவதையும் சுற்றிவர அவளுக்குக் கொஞ்ச நேரம் பிடித்தது. முயல்களேதும் இல்லை என்று அவளாகத் திருப்திப்படுத்திக்கொள்ள.

நாங்கள் குன்றில் ஏறுகிறோம், பாசி படர்ந்த பாறைகளின் வழியே உச்சிக்கு செல்லும் குறுக்குப்பாதையில் செல்கிறோம். குன்றின் உச்சியைக் குறிக்கும் கல்லை நோக்கிச் செல்கிறோம். அங்கிருந்து சுற்றிலும் மைல்கணக்கில் பார்க்க முடியும். பாறையில் உரசிய வடுக்களுடன் குன்றிலிருந்து தொங்கும் பசும்நீல இலைகள். இன்றைய தினம், உச்சிப்பாறையில் அமர்ந்திருக்கும் என் முதுகில் கதகதப்பான சூரியவொளி. சுற்றிலும் துலக்கமாய் இருக்கிறது, பழம்பெரும் பால்டி மலைகூட இன்று தெளிவாகத் தெரிகிறது.

நாங்கள் உட்கார்ந்திருக்கிறோம், கேஸி மூக்கால் என்னை முட்டிக்கொண்டு என் மேலே சாய்ந்திருக்கிறாள், அவள் வாழ்க்கையே என்னை நம்பித்தான் இருப்பதைப்போல.

நாங்கள் சுலபமான பாதைவழியே இறங்குகிறோம், செம்புழுதியைக் கிளப்பிக்கொண்டு. காட்டுப்பூக்கள் பாதையோரமாகப் பூத்துக் கிடக்கின்றன. நான் சிலவற்றை அம்மாவுக்காகப் பறித்துக்கொள்கிறேன். செந்நீல, மஞ்சள் மலர்கள். அதிகம் இலைகளில்லை, ஆனால் பூக்கள் கொட்டிக் கிடக்கின்றன. கேஸியின் காதுகளின் பின்புறம் பூக்களால் கிச்சுகிச்சு மூட்டுகிறேன், அந்த நாளின் முதல் முயலைக் கண்டுவிட்ட அவள் சட்டெனத் தாவியோடுகிறாள்.

நான் உன்னை அங்கு அழைத்துச் சென்றபோது, என் உணர்வைப் புரிந்துகொள்ள முடியாமல் நீ தடுமாறினாய். வறண்ட கெட்டி நிலம், குறுக்குமறுக்காய் வளர்ந்த பைன்மரங்கள், அங்கிருந்த ஒருவிதமான வெப்பம். நான் கேட்டேன்: உனக்கு அப்படித் தோன்றவில்லையா? இல்லை, என்றாய் நீ உணர்ச்சியற்று. அந்த வெக்கையிலும் நான் நடுங்கினேன். உன்னைப் புரிந்துகொள்ள எனக்குக் காலம் பிடித்தது. நாமிருவரும் இப்போது நெருங்கி வந்துவிட்டோம், மெர்சிடிஸ்.

நாள் 6

அவர்கள் கிண்டல் செய்துகொண்டே திரும்பி வந்தார்கள். என்னைப்பற்றித்தான், அவர்கள் பேசுவது எனக்குப் புரியாது என்பதுபோல.நான் அவர்களை நன்றாகவே புரிந்துவைத்திருக்கிறேன். நீ என்னவோ எங்களைவிட மேலானவள் என நினைத்துக்கொண்டிருக்கிறாய், அப்படித் தானே? உன்னைப்பற்றி, உன் அசிங்கமான பழக்கங்களைப்பற்றி எங்களுக்குத் தெரியாது என நினைத்துக்கொண்டிருக்கிறாய். இப்போது உனக்கு உதவி செய்ய வந்திருக்கிறோம். உனக்கு மறுவாழ்வு தர. உன் தலைவிதியைச் சரிசெய்ய உதவப் போகிறோம். உன்னை ஒரு பெண்ணாக ஆக்க உதவப் போகிறோம், நிஜமான ஒரு பெண்ணாக. ஒரு நிஜப்பெண்ணுக்கு என்ன வேண்டும், உனக்குத் தெரியும்தானே? அவளுக்குத் தேவை ஒரு நிஜ ஆண்.

அவர்கள் என் தலைமறைப்பை உருவியெடுத்தார்கள், வெளிச்சம் பட்டதும் எனக்குக் கண்கூசியது. கண்களை மூடிக்கொண்டேன். எங்களைப் பார்க்காமல் இருப்பதுதான் நல்லது. அவர்கள் உள்ளே வந்தார்கள். அறைக்குள் எத்தனை ஆட்கள் இருந்தார்கள் என எனக்குச் சரியாகத் தெரியவில்லை. கும்பலாய் இருந்தார்கள். என் பார்வை முழுவதும் அவர்கள்தான் தெரிந்தார்கள். 'கட்டில்' தாழ்வாக இருந்தது. அவர்களின் இடுப்புப்பகுதி என் உடலின் மட்டத்துக்கு மேலாக இருப்பதுபோல என்னருகில் வந்துநின்றார்கள். அவர்களின் உற்சாகத்துடிப்பை நான் காணவைத்தார்கள். அதுமட்டுமல்ல, எச்சில் துப்பும்பாத்திரமாக என்னை ஆக்கினார்கள். அவர்களுக்குத் தங்களைப் பற்றி ஏதோ பெருமிதம், அப்படித்தான் பட்டது. இப்போது உனக்குத் தெரிந்திருக்கும் உண்மையான ஆண்கள்தான் நாங்கள் என்று. அடுத்த முறை நீ நிஜத்திலேயே பெண்தானா என்பதையும் பார்த்துவிடுவோம்.

ஆஆஆஆக். வாந்தியெடுக்கிறேன். நடுநடுங்குகிறேன்.

என் உடல் குலுங்குகிறது, எனக்குச் சிறகுகள் முளைக்கின்றன. கீழிருந்து எழும்பி வானில் விட்டேகுகிறேன்: ஆப்புவால் கொண்ட கழுகாக. இந்தப் பயங்கரத்தை விடுத்துப் பறந்துபோகிறேன்.

அவர்கள் திரும்பவும் போய்விட்டார்கள்; ஒட்டுமொத்தக் கும்பலும். கதவு மூடப்பட்டது, நான் ஏதோவொன்றை, உடைந்துபோகாமலிருக்க ஏதோவொன்றைப் பற்றிக்கொள்ளப் போராடுகிறேன். இதோ நான், இன்னமும் கட்டிப்போடப்பட்டு, அவர்களின் வெறுப்பால் மூடப்பட்டுக் கிடக்கிறேன். அழுகிறேன், அழுதுகொண்டே இருக்கிறேன். இவ்வளவு கண்ணீரும் எங்கிருந்து வருகிறது? எனக்கு நேர்ந்த அவமானத்தைக் கழுவ இன்னும் எவ்வளவு கண்ணீர் வேண்டும்?

நான் அழுகிறேன். அனைவருக்காகவும் அழுகிறேன். பெண்கள் அனைவருக்காகவும். அனைத்து லெஸ்பியன்களுக்காகவும். எங்களுக்காக அழுவதற்கு யாருமில்லாததால் நான் அழுகிறேன். கம்பாலாவிலும் சிகாகோவிலும் நாங்கள் சுடப்படுகிறோம், வன்புணர்வு செய்யப்படுகிறோம். டெக்ரானிலும் மெக்காவிலும் எங்களை உயரமான கட்டடத்தின் உச்சியிலிருந்து விட்டெறிகிறார்கள். எங்களைக் கைதுசெய்யும்போதெல்லாம், 'ஜாலி'க்காக எதையும் செய்யத் தயங்காத குண்டர்களோடு சேர்த்து அடைக்கிறார்கள். மெல்போர்னிலும் கோல்ட் கோஸ்டிலும் எங்களை காரிலிருந்து பிடித்துத்தள்ளிக் குழிக்குள் உருட்டிவிடுகிறார்கள். சாண்டியாகோவில் எங்களை நிர்வாணமாக்கி மின்சாரச் சட்டகத்தில் வைத்துச் சித்திரவதை செய்கிறார்கள். புயனஸ் ஏரீசில் சிறைச்சாலைக்கு வெளியே அவர்களுடன் சேர்ந்து இரவு விருந்துக்குச் செல்ல வேண்டும். பாதி இரவில் மீண்டும் எங்களைக் கொண்டுபோய், பயன்படுத்திவிட்டு, அடித்து உதைப்பார்கள். வெஸ்டர்ன் கேப்பில் எங்களில் பலரைத் தேடியலைந்தது ஊடகங்கள் வரைக்கும் தெரிந்துவிட்டது. ஆனால், எங்களில் பெரும்பாலோனோர் ஒளிந்திருந்தோம்; எங்களின் மேல் குற்றம் சுமத்திச் செய்திகள் வந்தன; படிக்கத்தான் அதிகம் ஆட்களில்லை.

தேசி

நேற்றிரவு ஒரு நடனத்துக்குப் போனேன்; நடுஇரவில் தான் போய்ச்சேர்ந்தேன். இசை பிளிற, விளக்குகள் மாறிமாறி ஒளிர அந்த இடமே அதிர்ந்துகொண்டிருந்தது. ஒரு மூலையில் போயிருந்து கவனித்தேன். எனக்குப் பேச வேண்டும்போல இருந்தது; ஆனால் சத்தம் பலமாக இருந்தது, ஆடுவதற்காக அன்னா என்னை நடனத்தளத்துக்கு இழுத்துக்கொண்டு போனாள்; அவளுக்குப் பித்தேறிக்கொண்டே இருந்தது; ஈமுக் கோழியைப்போலக் கால்களைத் தூக்கித் தூக்கித் தாவினாள். வீட்டில் குவித்துப் போட்டுவிட்டு வந்த காகிதங்கள் பற்றிய நினைவும் அவற்றில் என்ன இருக்குமோ என்ற யோசனையுமாக நான் பதற்றத்தோடு சுற்றிக்கொண்டிருந்தேன். அவற்றைப் படித்துப் பிரித்துவைக்க வேண்டும். சட்டென்று அன்னா என்னைக் கட்டிக்கொண்டு முத்தமிடலானாள்; ஓ, காகிதங்களைப் பிரித்து ஒழுங்குபடுத்துவது பற்றி யோசிக்க ஏது நேரம்.

இன்று காலையில் அந்த வேலையை ஆரம்பித்தேன். சொல்லிவைத்ததுபோல ஒரு புதிய கவிதை, மூஸ் பற்றிய வேறு கவிதைகளோடு சேர்ந்தது போன்ற ஒரு நடனக் கவிதை, கையில் அகப்பட்டது. மொத்தமாக இருபது கவிதைகள் இருந்திருக்க வேண்டும்; ஆனால் மூஸ்கள் ஒன்பதுதான். பேசியே கொல்லும் கிழட்டு பிளாட்டோ ஸாப்போவைப் பத்தாவது மூஸ் என்றானாம்.

உன் மிகச் சமீபத்தியக் கவிதைகள்
இன்னமும் தலைப்புச் செய்திகளில் இடம்பெறுகின்றன ஸாப்போ
உன் வரிகளை நினைவுபடுத்தி
உன்னை நினைவுகொள்கிறோம்
நீ விரும்பியதைப் போலவே
யாரோ ஒருவள் என்றோ ஒருநாள்
என்னை நினைவுகூருவாள்

லெஸ்பியன் நாங்கள் நம்பியதே இல்லை
லூகேஷிய மலைமுகட்டிலிருந்து
தற்கொலை செய்துகொண்டாய் என்ற கட்டுக்கதையை
எங்களுக்கு இப்போது புரிகிறது
முதுமை மகிழ்ந்துபோய் என் முடியைக்
கருமையிலிருந்து வெண்மையாக்கிவிட்டது

உன் பத்தாயிரம் கவிதைகளும்
முந்தைய சுயங்களின்
துண்டுகளும் சில்லுகளும்தான்
உன் வரலாறு பலருடையதைப் போலவே
சொன்னவற்றின் இடையே
சொல்லாமல் விடப்பட்டதில் இருக்கிறது

உன்னை நான் முதலாக வாசித்தது
யாரோ எழுதி
ஒரு குட்டி அறையில் சுவர் கிறுக்கலாக,
இந்த இருண்ட உலகத்தில்
ஆக அழகான விஷயம்
நீ யாரை நேசிக்கிறாயோ அவள்
உனக்கு அந்த அவள் அனக்டோரியா.

எழுவதும் மறைவதுமாக நிலவு இருப்பதுபோல
உன்னை நான்
மீண்டும் மீண்டும் நினைத்துக்கொள்கிறேன்
பல கவிஞர்களின்
அதைவிட அதிகமாக லெஸ்பியன்களின்
இதயங்களை
விழிக்கச்செய்து சிலிர்ப்பூட்டிய உன்னை.

நிஜப்பெண் என்று யாராவது இருக்கிறார்களா?
நாங்கள் ராணிகளாக இல்லாமல் போனதிலிருந்து, இந்த உலகம் எங்களின் சாயலில் படைக்கப்படுவது நின்று போனதிலிருந்து, நாங்கள் யாருமே நிஜமாய் இல்லை. கண்முன்னே தெரிவதுதான் நிஜம். பிறரால் உறுதிப்படுத்தப்படுவது. சமூக அமைப்பு அசலான நிஜம் இது என்று உறுதிப்படுத்துவது. ஆண்கள் செய்யும் வன்முறை நிஜமானது என்று தீர்மானிப்பதற்கு எத்தனைப் பெண்கள்தான் உயிர்விட வேண்டும்? பெண்களின் வேதனை நிஜம்தான் என்று ஒப்புக்கொள்ள வைப்பதற்கு எத்தனைப் பெண்கள்தான் காயப்பட வேண்டும், இழிவுபடுத்தப்பட வேண்டும்? லெஸ்பியன்களான எங்களின் வலி எல்லோருக்கும் தெரிவதற்கு நாங்கள் எத்தனை பேர்தான் வதைக்கப்பட வேண்டும்?

அவள் அவனைக் கிண்டல் செய்தாள், எனவே அவன் அவளைக் கொலை செய்தான். ஆனால் நீதிமன்றம் அந்த ஆண் மனவதைக்கு ஆளானான் என்கிறது. இங்கு யார் நிஜம்? யாருடைய வார்த்தை நிஜம்? அவள் சிரித்தால், கொலை. அவள் வலிமைபெற்று வந்தால், கொலை. அவள் அவனை விட்டு நீங்கினால், கொலை. அவள் குழந்தைகளையும் கூட்டிக்கொண்டு போனாளா, அவர்களையும் சேர்த்துக் கொலை. உண்மை என்று நாமறிவதற்கும் யதார்த்தம் என்று அழைக்கப்படுவதற்கும் சம்பந்தமே இல்லாமலிருப்பது நம்மைப் பைத்தியமாக்கப் போவதில் வியப்பதற்கு ஒன்றுமில்லை.

நான் பைத்தியமா? கட்சியைப் பற்றிச் சொன்ன விஷயங்களுக்காக நான் பைத்தியமா? நான் என் நாக்கை அடக்கிக்கொண்டிருந்திருக்க வேண்டுமா? ஆனால் ஒரு லெஸ்பியன் வாயில் எது நிற்கும்? இங்கே வேடிக்கைப் பேச்சுக்கு இடமில்லை. இது சீரியஸான விஷயம். என் பேனாவின் ஓட்டத்தை நிறுத்தியிருக்க வேண்டுமா? தனது ரத்தத்தாலே எழுதுவது என்று கவிஞர்கள் சொன்னது இதைத்தானா?

எவ்வளவு பேர்களை அவர்கள் சிறைப்பிடித்திருக் கிறார்கள்? குரல்கள் என் காதில் விழுகின்றன; ஆனால் இந்த நடைபாதையில் ஒருவரையும் நான் பார்க்கவில்லை. ஒரே ஒரு பெண்ணைக்கூட. இன்னும் எவரோ இருக்கிறார்கள் என்றுதான் நான் உணர்கிறேன். மெர்சிடிஸ் இருக்கிறாளோ? எனக்கு அது தெரிய வேண்டுமே. ஏதாவது ஒரு குறிப்பைத் தா, ஒரு சிறு புகை. ஏதாவது. ஏன் உன் முகத்தை என்னால் தெளிவாகப் பார்க்க முடியவில்லை? உனக்கு ஏதாவது ஆகிவிட்டதா?

தேசி

கேத் சித்தியை நான் புரிந்துகொண்டதாகத்தான் நினைத்திருந்தேன். மற்றவர்களைவிடக் கொஞ்சம் அதிகமாகவே. அவரும் பதிலுக்கு நான் நகரத்துக்குப் போன சில நேரங்களில் அவர் வீட்டுக்கு என்னை அழைத்திருக்கிறார். அவர் எழுதிய சிலவற்றை நான் படித்திருந்ததால்தான் அவரைப் புரிந்துகொண்டேன் என நினைத்திருந்தேன். சில குடும்பக் கதைகளை நான் கேட்டிருந்தேன். ஆனால் அவற்றையெல்லாம் அவர் மறுத்துவிட்டதில் எனக்கு அவரைப்பற்றி ஓரளவு தெளிவாகியது. ஆனால் இப்போதும் அவரை முழுமையாகப் புரிந்துகொண்டேனா தெரியவில்லை. வெளிப்பார்வைக்குத் தெரிவதைவிட அவர் ரொம்பச் சிக்கலானவராக இருந்தார். என்ன வேண்டுமோ அதை மட்டும்பேசுபவராக அவர் நமக்குத் தோன்றுவார், அது சிலநேரம் உண்மையும்தான்; ஆனால் இன்னொரு பக்கம், அவரது காதலர்கள், சிநேகிதிகள், அவர் வயதுக்காரர்கள், அரசியல் கூட்டாளிகள் – ஏன் எதிரிகளும் கூட – இவர்களைக் கொண்ட பெரும் அந்தரங்க உலகம் அவருக்கு இருந்தது.

அறியவேபடாத வரலாற்றைக் கொண்டிருக்கும் மனிதர்கள் அதை எப்படித்தான் பதிவு செய்வார்கள்? அது எப்படித் தொடர்ந்துகொண்டிருக்கும்? இப்படி யோசிப்போம். ஓர் இலக்கியப் பனுவல் இருக்கிறது – அவற்றில் சில பல்லாயிரம் ஆண்டுகளுக்கு முந்தியவை, அதிலிருப்பவை அதிகமும் மறைத்தே வைக்கப்பட்டிருக்கின்றன; ஆனால், ஒவ்வொரு தலைமுறையிலும் கொஞ்சம் கொஞ்சமாக அது வெளியே கொண்டுவரப்படுகிறது. அதில் தொல்லியலும் கட்டடவியலும் இருக்கிறது; ஓவியமும் இசையும், கணிதமும் அறிவியலும், வரலாறும் அரசியலும் இருக்கின்றன; ஆனால் யாரோ சிலர்தான் இவற்றையெல்லாம் ஒன்றுசேர்த்துப் புரிந்துகொண்டிருக்கிறார்கள். ஆனால் யாருமே அதைப்பற்றிப் பேச விரும்பவில்லை. வெவ்வேறு இடங்களைச் சேர்ந்த மக்களின் தலைக்குள் வெவ்வேறு உலகங்கள் இருக்கின்றன.

இந்தியர்கள் கணக்குப் போடும்விதம் ஒருமாதிரி. என்னவோ அவர்களின் மூளைக்குள் கம்ப்யூட்டர் இருப்பதுபோலத் தோன்றும். வேதக் கணிதம் தெரிந்தால் அது மிக எளிது, லெஸ்பியன்களும் (அவர்களதும் நாகரிகம்தானே) பல நேரங்களில் வித்தியாசமாகத்தான் யோசிக்கிறார்கள். கணவன் மனைவி என்ற நேர்க்குடும்பம் இல்லாத காலங்களிலிருந்தே இது இருந்து வருகிறது. மக்களின் வாழ்வில் நிகழும் பலப்பல அனுபவங்கள் இவர்களின் சொந்த வாழ்வில் நிகழ்ந்ததில்லை. நான் யோசிக்கிற விஷயங்களை இங்கு சொல்லவில்லை. முகத்திரைகள் இல்லை, அதிகக் குழந்தைகளோ பேரக்குழந்தைகளோ (கருத்தடை இல்லை) இல்லை. கணவன்மாரும் (கடந்தகாலத்தில் சில உண்டுதான்) இல்லை, குடும்ப நிகழ்ச்சிகளிலிருந்து விலகியே இருக்க வேண்டும் என்று விரும்பும் (திருமணம் என்பது நூதன மோஸ்தராக ஆனதுவரைதான் இது) புகுந்தவீட்டு மனிதர்கள்; இவர்களுக்குத் தேவையெல்லாம் ப்ருன்ஸ்விக் தெருவில் பின்மாலைப் பொழுது, சூரியனோடு ஒரு ஸ்ட்ராங்க் காப்பி. வித்தியாசமான, அற்புத இடங்களுக்குப் பயணம். தனிமை. பேச்சு – மேலும் பேச்சு. இசையும் ஓவியமும் நாடகமும். அத்துடன் இருக்கவே இருக்கிறது, அவர்களின் இதயத்தின் சங்கதிகள். இவற்றினூடாக அவர்கள் யதார்த்தத்தைச் சுவாரஸ்யமான வழியிலெல்லாம் தங்களுக்கு ஏற்றார்போல வளைத்துக்கொள்கிறார்கள்.

மெர்சிடிசைச் சந்தித்த சில மாதங்களுக்குப் பிறகு, கிரீஸில் நான் தனியாக மேற்கொண்ட பயணங்களைப்பற்றி அவளிடம் இன்னும் கொஞ்சம் சொன்னேன். "நான் உனக்கு ஒரு சம்பவத்தைச் சொல்கிறேன்; இதை நான் உன்னிடம் சொன்னதே இல்லை. என்னை நம்புவாய்தானே?" என்றேன்.

பலவருடங்களுக்கு முன்பு ஒருமுறை நான் தனியாக கிரீஸில் பயணம் செய்துகொண்டிருந்தேன். மலைப்பகுதியில், கிரேட் மலைப்பகுதியில், இருந்தேன். 'அனா'விலிருந்து துவங்கும் மலைத்தொடரில் ஒரு இடம் – அனாவில் துவங்கும் மலைத்தொடரில் எல்லா இடங்களும் உயரமானவை. ஒரு கிராமத்தின் வழியாக நடந்துகொண்டிருந்தேன். அங்கிருந்த பெண்கள் எல்லோரும் கறுப்புத் தலைக்குட்டை அணிந்திருந்தார்கள். அழகான பூத்தையலிடப்பட்ட அந்தக் குட்டையின் முனையில் நீண்ட குஞ்சலங்கள் தொங்கின. நானும் ஒன்று வாங்கி நெற்றியில் இறுக்கமாகக் கட்டிக்கொண்டேன். இப்போது பாதுகாப்பாக உணர்ந்தேன். ஒரு தெருவின் மண்பாதை வழியாக நடந்துபோகும்போது, பெண்ணொருத்தி தன் வீட்டுப் பால்கனியின் முன்வாசல் அருகே நின்றிருப்பதைப் பார்த்தேன். என்னை உற்றுப்பார்த்துக்கொண்டே இருந்தவள் சிறிது நேரம் கழித்து என்னிடம் சைகை காட்டி "இலா, வா" என்றாள். நான் திகைத்தேன், இருந்தாலும் எனக்கு ஆர்வமாகவும் இருக்கவே உள்ளே நுழைந்தேன். படிக்கட்டுகளில் ஏறி பால்கனிக்குச் சென்றேன். அவள் என்னை அவளது சின்னச் சமையலறைக்கு அழைத்துச் சென்றாள். வெள்ளைச் சுவர்கள். கடல்நீலவண்ணக் கூரை, நடுவில் ஒரு நீலநிற மேஜை. சுவர்களில் சின்னச் சின்னப் பொற்சிலைகள். மிக அருகில் சென்று பார்த்தபோதுதான் எல்லாமே மேரியின் சிலைகள் என்று தெரிந்தது.

எனக்குச் சர்க்கரைபோட்ட ஒரு கோப்பை ஸ்ட்ராங் காப்பி கொடுத்தாள். பரஸ்பரம் பெயர்களைச் சொல்லிக்கொண்டோம். இலேனா என்றாள். நான் எகேத்தரீனா என்று சொன்னதும், முகத்தில் ஒளிவீச அவள் ஏதோ ரொம்ப வேகமாக – அவள் சொன்னதை நான் புரிந்துகொள்ளமுடியாத வேகத்தில் – சொன்னாள். 'ஹெக்கேட்' என்ற வார்த்தை மட்டும் கேட்டது. காபிக்குப் பிறகு இருவரும் பேச அமர்ந்தோம். என் நினைவுக்கு வந்த அரைகுறைக் கிரேக்கத்தில் தட்டுத்தடுமாறி ஏதோ

கொஞ்சம் சொன்னேன்; அவள் என் முழங்காலில் தட்டியபடி இன்னும் சிக்கலாக ஏதோ சொன்னாள். எனக்குச் சுத்தமாக ஒன்றுமே புரியவில்லை. முழங்காலில் தட்டிய அவளது கை தடவிக்கொடுக்க ஆரம்பித்தபோது எனக்குக் கொஞ்சம் ஆச்சரியமாக இருந்தது. அவள் என் இடதுகையை எடுத்து விரல்களில் மோதிரம் இல்லாததைச் சுட்டிக்காட்டினாள். அப்போதுதான் கவனித்தேன், அவள் விரல்களும் வெறுமையாக இருந்ததை. மின்சாரம் தாக்கியதுபோல இருந்தது, இங்கே ஒரு பெண், முப்பத்தைந்தை ஒட்டிய வயது, விரல்களில் மோதிரம் இல்லாமலிருக்கும் அளவுக்கு விவரமறியாத சிறு வயதுமில்லை, லெஸ்பியன்போலத் தெரிந்த பயணியான என்னை அவளது உடல் இச்சையைத் தீர்த்துக்கொள்ளக் கூட்டிவந்திருக்கிறாள். என்ன செய்ய வேண்டுமென்று என்னால் தீர்மானிக்கமுடியவில்லை. ஒரு பக்கம், இந்த மலைக்கிராமத்தில்கூட ஒருத்தியாவது லெஸ்பியன் இருக்கிறாள் என்று அறிந்துகொண்டதில் கிளர்ச்சியடைந்திருந்தேன்; இன்னொரு பக்கம், இந்தப் பகல் 11 மணிப்பொழுதில் பாலியல் கூடலுக்கு நான் தயாராக இருக்கிறேனா என்றும் எனக்கு உறுதியாகத் தெரியவில்லை.

“ஸாப்போ” என்றேன், கிரேக்கர்கள் சொல்வதுபோல. அவளும் கிரேக்கர்களின் தலையசைப்புடன் *Kai mou* (என்னவள்) என்றாள்; நானோ, அவளுக்குக் கொஞ்சமும் சந்தேகம் இருக்கக் கூடாது என்பதற்காக, நானும் ஸாப்போவின் வழிவந்தவள்தான் என்றேன்.

கணநேர அமைதி. பின்னர் அவள் என் வலதுகரத்தைத் தன் இரு கரங்களாலும் பிடித்து தன்வசம் இழுத்தாள். எனக்குள் குழப்பம். நான் விலக வேண்டுமென அப்போது ஏன் உணர்ந்தேன் என்பதை விளக்கிச்சொல்ல என் மொழி போதவில்லை. அப்போதே வெளியேறி இருந்தேனென்றால், இந்தப் பெண்ணை அறிந்துகொள்ளும் வாய்ப்பையும், லெஸ்பிய வழியில் கிரேக்க மொழியையும் கலாச்சாரத்தையும் கண்டறியும் வாய்ப்பையும் தவறவிட்டிருப்பேன். அவளோடு போனேன், நான் அவளைப் பயன்படுத்தப்போகிறேனா அவள் என்னைப் பயன்படுத்தப்போகிறாளா என்ற இரட்டைக் குறுகுறுப்போடு.

நாங்கள் கவனமாக இருந்தோம். மெதுவாகவும் கனிவோடும் உடைகளைக் களைந்தோம். அவள் என் அடிவயிற்றை ரசித்துப் பார்த்தாள். நான் அவளது வலிமையான கைகளைப் பார்த்தேன். கடும் உடலுழைப்பில் திரண்ட கைகள். தன்னந்தனியாக, தனக்கு வேண்டியதைத் தானே செய்துகொள்ளும் ஒரு கிரேக்கக் கிராமத்து லெஸ்பியன். ஒரு சிறு கட்டிலில்—இந்தக் குறுகிய கட்டையைப் படுக்கையென்று சொல்லமுடியாது—எங்கள் உடலைச் சரித்தபோது நாங்களிருவரும் எதற்கென்று தெரியாத புன்னகை பூத்துக்கொண்டோம்.

அவளது வேட்கையில் ஆவேசமிருந்தாலும் கொஞ்சம் நளினமும் இருந்தது. அவள் கைகளில் நான் ஒரு கத்துக்குட்டிபோல உணர்ந்தேன். நாங்கள் போகத்திலிருந்தபோது அன்று காலையில் நான் பார்த்திருந்த காட்சிகள் என் நினைவுக்கு வந்தன. பளிச்சென்ற வானில் சூரியன், நெளிந்து நெளிந்து செல்லும் மலைத்தொடர், செம்மறி ஆடுகளின் கனைப்புக்குரல், மேல் வீட்டில் நின்ற இந்தப் பெண். நான் அவள் வீட்டில் இருக்கிறேன் என்பதை என்னால் நம்பவே முடியவில்லை.

ஒரு நாள் விஷயமாக இது நின்றுவிடவில்லை. நான் கொஞ்ச நாட்கள் அங்கே இருந்தேன். கிராமத்து மக்களின் பார்வை எனக்குத் தெரியாமலில்லை. இந்த விடாப்பிடிப் பெண் வசீகரித்து இழுத்த முதல் பெண் அல்ல நான் என்பதும் தெரிந்தது. எங்கள் கையிலிருந்ததைப் பகிர்ந்துகொண்டோம். என்னிடமிருந்த பணம் அவளுக்கும் போதுமானதாக இருந்தது; கொஞ்சம் ஆடம்பரமாகக்கூடச் செலவிட்டோம். அவளோடு தங்கியது எனக்கும் உதவியாக இருந்தது. எனக்கு ஒரு கூரையும், சிறியதாக இருந்தாலும் படுத்துக்கொள்வதற்கு ஒரு கட்டைப் பலகையும் கிடைத்தது. என் கிரேக்கமும் கொஞ்சம் முன்னேறியிருந்தது.

மூன்று வாரங்கள் என்பது மிக நீண்டதுதான். அதற்குள் எங்கள் ஈடுபாடுகளை எல்லாம் நாங்கள் பகிர்ந்து முடித்திருந்தோம். எனது குழந்தைக்கால மொழியின் நினைவுகள் திரும்பத் துவங்கியிருந்தபோதும், என் வார்த்தைகள் குழந்தைத்தனமாக இருந்ததால் என்னால் ரொம்ப நேரம் பேசிக்கொண்டிருக்க முடியவில்லை. எனக்கு இன்னும் வேண்டியிருந்தது. கிரேக்கத்தின் லெஸ்பிய பாரம்பரியத்தைப் பற்றி உண்மையிலேயே ஓரளவேனும் தெரிந்த பெண் ஒருத்தி எனக்கு வேண்டியிருந்தாள். கிராம வாழ்க்கை அவளுக்கு அளித்திராத கிரேட் விஷயங்களை அவளிடமிருந்து எதிர்பார்த்தேன். அவள் இந்தக் கிராமத்தைவிட்டு வெளியேறி இராக்லியானுக்கோ சனியாவுக்கோ போனால் அவளைப் போன்ற பிறரையும் சந்திக்கலாம் என்று சொன்னேன். ஆனால் அவளுக்கு இந்தக் கிராமத்திலேயே வேர் பிடித்துவிட்டது; ஏனென்று என்னால் புரிந்துகொள்ள முடியவில்லை (புரிந்துகொள்ளவுமில்லை). என்னால் ஆஸ்திரேலியாவின் தொலைதூரக் கிராமத்திலிருந்து வெளியேற முடியுமானால், கிரேட்டின் ஒதுங்கிப்போன இந்தக் கிராம வாழ்க்கையை விட்டு ஏன் உன்னால் வெளியேற முடியாது? இன்றுவரை என்னால் புரிந்துகொள்ள முடியாத புதிர் இது. ஒரு லெஸ்பியன் எப்படி வாழ வேண்டும்? அவள் புலம்பெயர்ந்து தனது வேர்களை இழக்க வேண்டுமா? அல்லது இந்த அடக்குமுறைக் கலாச்சாரத்துக்குள்ளேயே இருந்துகொண்டு வருவது வரட்டும் என்றிருக்க வேண்டுமா? இலேனா வருவது வரட்டும் என்று தீர்மானித்திருந்தாள். நான், என்னைப்போல் அவளிடம் வந்தவர்களில் ஒருத்தி; அவர்கள் எல்லோரும் போனதுபோல நானும் போகிறேன்.

நாள் 9

நான் வேறு எங்கும் கொண்டுசெல்லப்படாமல் நீண்ட நாட்களாக இங்கேயே இருக்கிறேன். நான் தூங்கிக் கழித்திருக்கலாம். இருட்டில் நேரம் கடத்தியிருக்கலாம். ஒருவேளை எனக்கு வலிப்புக்கூட வந்திருக்கலாம்; தெரியவில்லை. இரவுகள், தூங்கா இரவுகளாகவும் தன்னை மறந்து தூங்கிய இரவுகளாகவும் மாறிமாறிக் கழிகின்றன. இரவில் குளிர்தட்டி எழுந்துபார்த்தால் என் கைகள் என்னை அரவணைத்திருக்கும். வேறு யார் என்னை அணைப்பார்கள்?

'படுக்கை'யில் படுத்தபடி நான், பறப்பதுபோல் கற்பனை செய்கிறேன். இறக்கைகளும் சிறகுகளும் பறப்பதற்குத் தயாராகி, அவற்றை விரித்துப் பறக்கும் தைரியம் மட்டுமே இனித் தேவைப்படுகிற எல்லாப் பறவைக்குஞ்சுகளையும் எண்ணிப்பார்க்கிறேன். ஆகாயத்துக்கு, அடுத்த கிளைக்கு, அல்லது மலை முகட்டிலிருந்து – ஒரு பாய்ச்சல். அது போலத்தான் நானும் செய்தேன். நான் சூக்கும ஆகாசத்திற்கு விட்டேகினேன், ஆண்கள் என்னையும் தங்களையும் அசிங்கப்படுத்திய அந்த மோசமான சிறையிலிருந்து. நான் பாய்ந்து பறந்தேன், பின்னால் திரும்பிப் பார்க்கவேயில்லை; பார்க்க முடியவுமில்லை.

அந்தர சாகசத்தின் முதல் நாள், கைகள் குறுக்குக் கம்பிகளைப் பற்றியிருக்கின்றன, கால்கள் ஊஞ்சலாடுகின்றன; வசீகரமாய் இல்லைதான், ஆனாலும் சமாளித்துவிட்டேன். நேர்த்திவரவில்லை; ஆனால் மனவுறுதி தாராளம் வந்துவிட்டது. ஒவ்வொருமுறை புதிய சாகசத்தைக் கற்றுக்கொள்ளும்போதும் இப்படித்தான், அதிலும் கீழே குதிக்கும் வித்தையில். கீழே விழுவதற்கு முந்திய அந்தக் கணம். எடையற்றுப் போகும் கணம். கீழிறங்குதல் என்பது எடையின் கீழியக்கம்; பறத்தல் என்பது எடையின் மேலியக்கம்.

பெண்களின் நாவுகளிலிருந்து தேனொழுகும் வார்த்தைகள் வந்தன. அவர்களின் வார்த்தைகள் இனித்தபோதும் போதை நிறைந்ததாயிருந்தது மது; அவர்கள் என்ன சொன்னோம் என்பதையே மறந்துபோனார்கள். நினைவின் கன்னிகள் ஒன்பது பேர்; மறதியின் கன்னிகளும் ஒன்பது பேர். ஒன்பது பகல்கள், ஒன்பது இரவுகளின் முடிவில் இந்தப் பிரபஞ்சம் உயிர்பெற்றது. இப்படித்தான் புராதனக் காலத்தவர் சிலர் எண்ணியிருந்தார்கள். ஒன்பது தாய்மார்கள், ஒன்பது அணிகளாக, அவை ஒவ்வொன்றும் ஒரு நூல்கூடையுடன் காலவெளியினூடே அலைந்து திரிவதாக.

எனக்கு மீண்டும் விழிப்புத் தட்டியது. நேரத்தைப் போக்குவதற்காக நானாகச் சின்ன விளையாட்டு ஒன்றை உருவாக்கியிருந்தேன். நான் இருட்டைப் பார்ப்பேன். இந்த இடம் எப்போதும் இருட்டாகத்தான் இருக்கிறது. வெளியுலகைவிட இருட்டு. என் கையை உயர்த்துவேன், வழக்கமாக வலதுகையைத்தான். அப்படி மெல்ல அதை எனக்கு மேலே உயர்த்தும்போது என் விரல்களின் வழியே வெளிப்படும் சக்தியின் வடிவை நிதானிப்பேன். அது பல்கிப் பெருகும், என் கரத்தின் வடிவில் ஓர் ஒளிரும் உரு; ஒளிரும் ஐந்து ஆரக்கால்களுடன் உள்ளங்கை. பின் என் இடது கையைத் தூக்குவேன். அதுவும் இதேபோல வடிவங்கள் கொள்வதைப் பார்ப்பேன். இப்படி இரண்டு கைகளும் நிதானத்துக்கு வந்ததும், இரண்டையும் ஒன்றுசேர்த்து, பிரார்த்தனையின்போது நிகழ்வதைப்போல இரண்டு ஒளியோட்டங்களும் ஒன்றையொன்று கண்டடைவதைப் பார்ப்பேன்.

இந்த இருட்டில் உன் முகத்தைப் பார்க்க முயல்கிறேன். உன் தலையிலிருந்து வித்தியாசமான ஒரு கோணத்தில் எப்போதும் வெளியே நீட்டிக்கொண்டிருக்கும் அந்த முடிக் கற்றையின்மீது என் கவனம் குவிகிறது. காட்டெருமைக் கூட்டம் இடம்பெயர்ந்து செல்வதுபோலக் குளம்புகளின் இடிமுழக்கத்துடன் ஆநிரைக்கூட்டம் வருகிறது.பிரபஞ்சத்தைப் படைக்கும் பசு, அது எப்போதோ தொலைத்த நண்பியான கறுப்பு ஈமூவைப் பார்ப்பதற்கான பயணத்திலிருக்கிறது; இருட்டின் இடைவெளிகளில் அதைக் கண்டுபிடிப்பது கடினம்; ஆனாலும் அவள் விடவில்லை; நட்சத்திரங்களின் ஒரு தடத்தைப் பின்னிட்டுக்கொண்டு பால்வீதியினூடே அவள் ஆடியபடி செல்கிறாள். அந்தக் கறுத்த ஈமுவின் நிழலைப் பார்த்ததும் அவளது நடை வேகம் பிடிக்கிறது. அவளது வால், கூந்தல் நீண்ட ஒருதுருவ நட்சத்திரம்,இருட்டுப் பிரதேசங்களில் ஓர் ஒளிச்சாட்டைச் சொடுக்கு. ஈமு எனக்காக வருகிறது, அவளது விரிந்த வாய் ஒரு சூன்யப் பள்ளத்தின் திறப்பு. நான் உன் கண்களைப் பார்க்கிறேன். உனது வாய் பல உருவங்களை எடுக்கவல்லது. கரும் சக்திகளால் நிரம்பிய ஈமு என்னை ஆட்கொள்கிறாள்; தள்ளிக்கொண்டு உள்ளே நுழைகிறாள், ஒரே நேரத்தில் மாறியும் மாறாமலும் வெளிப்படுகிறாள். விநோதங்களின் அதே வழியில்.

ஸைக்கியின் இருப்பிடத்தை
எட்டவே முடியாது
அதன் ஆழம் என்று சொல்லப்படுவதினுள்
எவ்வளவுதான் நீ பயணித்தாலும்.

—ஹெராகிலிடஸ், உதிரிப்பாடல் 71

ஸைக்கி எப்போதும் எட்டா தூரத்தில்தான். சாகசக்காரனான அப்பல்லோவுக்கும்கூட இது தெரியும். இருட்டில் மட்டுமே அவளைப் பார்த்தவன் அவன், தான் பார்த்தது அவள்தான் என்று எப்படி உறுதிப்படுத்துவான்? மறைந்த நிலவு எவ்வளவு பிரகாசமாக இருக்கும்?

நிலவற்ற ஓரிரவின் இருளில், இரவென்பது எவ்வளவு நேரம்? என்றென்றும் என்றால் எவ்வளவு?

என் பாட்டி எனக்கு முன்னால் இருப்பதைப்போல நான் கிரேக்க மொழியில் கனவு காண்கிறேன். அவர் அந்தப் பழைய செவ்வியல் கிரீஸ் மொழியில் கதைகள் சொல்லிக்கொண்டிருக்கிறார். நான் புரிந்துகொள்ள வேண்டும் என்பதற்காக அவர் ஐம்பது வருடங்கள் காத்திருந்திருக்கிறார்.

என்றென்றும் என்பது எவ்வளவு நீண்டது? மரணத்தை அளக்க முடியுமா?

ஸைக்கியின் ஆத்மா ஆழங்காணாத கிணற்றில் தெரியும் நிலவின் பிம்பம்போல் ஆழத்திலிருப்பது. என் பாட்டி தொலைந்துபோன மொழிகளில் என்னோடு பேசிக்கொண்டிருக்கிறார்.

தேசி

ஹெராகிலிடஸின் இந்தத் துணுக்குப் பகுதியும் சில சிந்தனைகளும் அவரது காகிதம் ஒன்றில் இருந்தன. இந்தக் காகிதத்தின்மீது அவரது பெயர் எகேத்தரீனா என்று கிரேக்கத்தில் இருந்தது. துணுக்குப் பகுதிகளே அவரிடம் ஏராளமாக இருக்கின்றன; ஹெராகிலிடஸிலிருந்து, ஸாப்போவிலிருந்து, வூல்ஃப், விட்டிக், ஹெச்.டி.யிலிருந்தும். (நானும் என் பெயரை ஹெச்.டி. என்று மாற்றபோகிறேன்; என் முதல்பெயர் ஹில்டா என்றால் இரண்டாவது பெயர் டூலிட்டில்). இவையெல்லாம் எல்லாம் அவரது எழுத்தின் சுட்டிகள்போல எங்கும் சிதறிக்கிடந்தன. அவர்களின் சொற்கள் குறிக்கப்பட்ட துண்டுக் காகிதங்கள், அடையாளக் காகிதத் துண்டுகளைப்போல.

அப்புறம் அவரது மூதாதையர்களைப் பற்றிய எண்ணவோட்டங்கள். இவற்றிலெல்லாம் அவர் கேத் என்று கிறுக்கியிருந்தார். சீனப் பௌராணிகரைப் போன்றவர் அவர். நினைவிலிருந்து வருகிற பாரம்பரியக் கதை. சிலவற்றில் தகவல்கள் மிகத் துல்லியமாக இல்லை. ஆனால் அவர் உணர்ச்சிகளால் பாரம்பரியத்தின் இடைவெளியை இட்டு நிரப்பியிருந்தார். காஸ் கூடக் கணக்கில்லாத பட்டியல், பெயர்கள், தினங்கள், இடங்களைப் போட்டிருந்தார்; ஆனால் அதில் வண்ணங்கள் –உணர்ச்சிகள், முகங்களுக்கும் முகவரிகளுக்கும் பின்னாலிருக்கும் நிஜ வாழ்க்கைகள் – இல்லவே இல்லை. இருந்தாலும் அந்தப் பட்டியல், யார் யாருக்கு உறவு, பிறந்த ஆண்டின் வரிசை, குடும்பக் கிளையில் இட்டுநிரப்ப வேண்டியவை இவற்றைக் கண்டுபிடிப்பதற்கு உதவியாக இருக்கிறது; குடும்பக் கதையைக் கடத்துவதற்கு அங்கே பெண்கள்தானே இருந்தார்கள். அந்தக் குடும்ப மரத்தின் எட்டமுடியாத கிளையில் அமர்ந்திருக்கிறாள் ஒரு லெஸ்பியன்.

நான் பார்த்த புனிதத் தலங்களில் என்னிடம் அதிகத் தாக்கம் செலுத்தியது எது? அவை வழக்கமாகப் பாறைகளோடு தொடர்புடையவைதான். ஃப்ளிண்டர் மலைத்தொடரில் உள்ள பாறைகள், கிழக்கு ஜெருசேலத்திலுள்ள குன்று ஆலயத்தின் புனிதப்பாறை, ஜெருசேலத்தின் கீழ்பகுதியில் மற்றொரு சாலையிலுள்ள புனிதக் கல்லறைத் தேவாலயத்தின் பாறை, அயர்லாந்தின் நீயூ கிரேண்ஜில் உள்ள பாறை அல்லது லீவிஸின் நடுகற்கள், மால்டாவின் பாதாளக் கல்லறைகள், ஆர்க்னேஸ் தீவுகளிலுள்ள மூத்தகுடிக் கல்லறைகள், காட்டா யூட்டா பாறை, ஹவாயிலுள்ள எரிமலைத் தாயின் (பீலே) கண்ணீர்த்துளிகள், சார்டினியாவின் சிற்பக் கற்கள், கிரேட்டின் தெற்குக் கடற்கரையில் ஏஜியா கலீனிக்கு அருகிலுள்ள பாறை, தென்னிந்தியாவின் மகாபலிபுரத்திலும் கிட்டத்தட்ட அதே போன்ற பாறைகள். எத்தனை இடங்களில் எத்தனைப் பாறைகள். பாறைகளில் அப்படி என்னதான் இருக்கிறது?

உடல்? அதுவும் ஒருவிதப் பாறைதானோ?

தேசி

வீட்டில் அவர் எப்போதாவது இருந்ததுண்டா? பாறைகள் பற்றிய இந்தச் சிறுபகுதி என்ன சொல்லவருகிறது? இது ஒருவகைப் பட்டியலா? நான் இழையிழையாகப் பிரிக்க விரும்புகிறேன்: யதார்த்தம் எது, புனைவு எது என. எத்தனைப் பரிமாணங்கள் அங்கு இருக்கின்றன? பதினொன்று? என் சித்தியிடம் இருந்தவை, திட்டமிட்டுக் களேபரமாகச் சுற்றப்பட்ட முடிவற்ற நூல்கண்டுகள். ஒரு சமயம் அவர் கல்பகாலங்கள் பற்றி எழுதுகிறார், அடுத்ததோ, மணலையும் காடுகளையும் பற்றிய ப்ளேக்கின் ஒரு கவிதை வாசிப்பு. ஒரு குறிப்பைப் பின்தொடர்ந்து போகிறார் அவர்; ஒரு புகைப்படம் – காற்றடிக்கும் ஒரு நாளில் இரண்டு பெண்கள் பொட்டல்காடு ஒன்றில் நின்றுகொண்டிருக்கிறார்கள். அவர்கள் பொட்டல்காட்டுக்குரிய உடையணிந்திருக்கவில்லை. யூடி வெளிறிய சூட்டில், கையுறையும் முத்துமாலையும் தொப்பியுமாக; அவரது துணை தொப்பியணிந்திருக்கிறார் (I love my love with a hat என்பார் கெர்ட்ரூட்); அழுத்தமான நிறத்தில் சூட். யூடியைக் கண்ணுக்குக்கண் பார்க்கும் பக்கவாட்டுத் தோற்றத்தில். அவரது இன்னொரு புகைப்படமும் இருக்கிறது, முழுத்தோற்றத்திலிருக்கும் ஒரு பழுப்புநிறப் படம். அவரது தலைமுடி பாப் வெட்டப்பட்டிருக்கிறது. இதன் வருடம் குறிக்கப்பட்டிருக்கிறது, 1931.

என் பாட்டியின் காகிதங்களில் முந்தைய தலைமுறைகளின் வருடங்கள் எனக்குக் கிடைத்தன. யூடி 1920வாக்கில் லண்டனுக்குக் குடிபெயர்ந்திருக்கிறார். போர் – இரண்டாம் உலகப்போர் – பற்றி மைய்யா கூறிய கதைகள் அவரைப் போகத் தூண்டியிருக்க வேண்டும் என்று சந்தேகப்படுகிறேன். அங்கு போனவர் அதன் பிறகு ஊர்ப்பக்கம் திரும்பவே இல்லை. ஏன் என்று கேட்டுக்கொள்கிறேன். ஒரு பெண் லெஸ்பியனாக வாழ்வதற்கு லண்டன் சரியாகவும் அநாமதேயமாக இருக்க

ஏற்றதாகவும் இருந்திருக்க வேண்டும் அப்போது; இதுதான் என் கேள்விக்கு மிகவும் திருப்திகரமான பதிலாக இருக்கும். போரில் ஏகப்பட்ட ஆண்கள் கொல்லப்பட்டுவிட்டதால், இரண்டு பெண்கள் ஒரே வீட்டில் சேர்ந்திருப்பது வாடிக்கையாக இருந்திருக்கும்.

அவள் வசித்த பகுதி ரோமர்கள் காலத்தில் மையமாக இருந்ததும் 1666இன் மாபெரும் தீவிபத்தில் அழிந்ததுமான புராதன லண்டனியம்; திடீர் ராணுவத்தாக்குதலில் அது மீண்டும் பாதிப்படைந்தது. காயமுற்றோருக்கு உதவவும் மரணமடைந்தோரை எடுத்துவரவுமான ஆம்புலன்ஸ் சேவையில் அவர் இருந்தார். அங்குதான் அவர் ரூபியைச் சந்தித்திருக்க வேண்டும்.

எல்லாம் உள்மனதைத் தொடுபவை. வார்த்தைகளில் எழுத்துகள். வடிவம்தான் அதை உருவாக்குகிறது, இல்லாவிடில் நாம் பேசுவது மெழுகுபொம்மைகள்போல உயிரற்று இருக்கும். ஏதோ சொன்னோமே என்று சந்தோஷப்படலாம்; ஆனால் தசையில்லாமல் கைகள் எதற்காக? கவிதைதான் அந்தத் தசை.

ஒரு காவியம் பல தலைமுறைகளாகக் கையளிக்கப் படுவது. யாப்பில் செழித்து வளர்வது; உருவகங்கள், எலும்பையும் தசையையும் இணைத்திருக்கும் தசை நார்கள். ஆந்தைக்கண்ணியான ஏதேனாவின் கண்கள் விவரிப்பதைவிடவும் ஏதோ இன்னும் செய்கிறது; கவிஞன் சொல்லிக்கொண்டே போவதற்கு வழி, அடுத்த வரிக்குப் போவதற்கு ஒரு வழி.

அது பாடும் இசைப்பாடல் மனதில் பாய்கிறது. ஆசை எல்லாத் திசைகளிலும் பாய்கிறது. மலர்கள், பூக்களின் பெயர்கள் பல்கிப்பெருகுகின்றன. வண்ணத்துப்பூச்சிகள் இனப்பெருக்கம் செய்தபடி இருக்கின்றன. அழிவில்லாக் காதல் கோலோச்சுகிறது.

கவிதை, வரிவரியாக உருப்பெருகிறது. எழுத்துகள், அசைகள், வார்த்தைகள் எல்லாவற்றுக்கும் பொருள் உண்டு. சில மொழிகள் பின்னிருந்து முன்னாக, மேலிருந்து கீழாக வாசிக்கத் தருகின்றன. சமஸ்கிருதக் கவிதைபற்றிய புத்தகமொன்றைப் படித்த நினைவு வருகிறது. வார்த்தைகளிலிருந்து கூட்டு வார்த்தைகளை உருவாக்கலாம், ஜெர்மன் மொழியின் அடர்த்தியான நீண்ட வார்த்தைகளைப் போல – அவற்றை நீ முழுமையாகப் புரிந்துகொள்ளவே முடியாது. சமஸ்கிருதத்தில் இன்னொரு அம்சமும் இருக்கிறது; ஒரு கூட்டுவார்த்தையைப் பல விதமாகப் பிரிக்கலாம், அப்படிப் பிரிக்கும்போது ஒரே வார்த்தையே இரண்டு வித்தியாசமான பொருளைத் தருவதாக இருக்கும். இதை அவர்கள் சிலேடை என்று அழைக்கிறார்கள்.

கவிதை, மொழியின் கட்டமைப்பு. அதில் நினைவுகளின் இலக்கணங்களும், இதுவும் அதுவும், கதைகளும் புராணங்களும் இருக்கின்றன. உயிர் தரித்தலுக்கு அவசியமான எல்லா அறிவையும் ஞாபகமூட்டிக்கொள்வதற்கான ஓர் ஒருங்கிணைந்த வழி இது.

மலைகளும் பாறைகளும் ஆழப்படிவுகள்; நினைவுகளை வைப்பதற்கான, தெய்வங்களையும் முன்னோர்களையும் நினைவுபடுத்துவதற்கான, விலங்குகளை உரியகாலத்தில் கொண்டுவருவதற்கான, நோய்தீர்க்கும் தாவரங்களை உருவாக்குவதற்கான ஓரிடம். கவிதையாலே இவை எல்லாம் நிகழ்கின்றன.

மரபின் குறிகாட்டிகள், நமக்கு முன்னே வந்துபோனவர்கள் விட்டுச் சென்ற மனத்தின் கைவேலைப்பாடுகள். புராதனக் கவிதைகளில் அவற்றைக் காணலாம்; தலைமுறைகளை இணைக்கும் கண்ணிகள் அறுந்துபோகாமல், எண்ணற்ற தலைமுறைகளுக்கு மாறாமல் அளிப்பதற்காக, கலாச்சாரத்தை உருவாக்குவதற்காகப் பாடப்படும், ஓதப்படும் பாடல்கள். சந்தம்தான் அதை வேர்பிடிக்கவைத்திருக்கிறது.

கல் வட்டங்களிலும் பாறைச்சுவர் செதுக்கல்களிலும் நாம் மரபின் குறிகாட்டிகளைக் காண்கிறோம், கைத்தடங்களும் விலங்குகளின் காலடித்தடங்களும் வழிகாட்ட, வார்த்தையையும் பாறையையும் பின்தொடர்ந்து நட்சத்திரங்கள் இயங்குகின்றன. நட்சத்திரக் கூட்டங்கள் எழுந்து, மனதின் சுழற்பாதையில் சேர்ந்தமைகின்றன.

மரபின் குறிகாட்டிகளை நடனத்திலும் இசையிலும், பல்வேறு வடிவங்களை எடுக்கும் உடலிலும், ஒரு கண்டத்தில் நடனமாடும் ஈமுவிலும், இன்னொரு கண்டத்தில் எக்காளம் ஊதும் யானைகளிலும் நீ காணமுடியும். இசை அதிர்கிறது, கைகால்களையும் தாளத்தையும் உடல் ஒருங்கிணைக்கிறது.

கிரேக்கப் பழங்குடிகளான பிலாசிக்யன்களின் பாடல்கள் மலைகளைப்போலப் புராதனமானவை. சந்தம், ஹோமரின் வார்த்தைகளோடு ஒட்டுகிறது; மனித ஆன்மாக்கள், விலங்குகள் இவற்றின் உருமாற்றம் பெற்றுவாழும் இன்னொரு பரிமாணத்தை, வேளாண் கவிதைகளின் பரிமாணத்தைப் பேசியவன் அந்தப் பார்வையற்றக் கவிஞன். அவன் கவிதைகளை—வண்ணத்தின், ஓசையின் கலவையை—கூடையிலிடப்பட்ட பழங்களைப்போலச் சுமந்துசெல்கிறான்.

நாள் 10

நான் பட்ட வலியைப்பற்றி நினைக்கும் ஒவ்வொரு முறையும், என் மூளை வெறுமையாகிவிடுகிறது. வழக்கமாக என் மூளையில் ஓய்வேயில்லாமல் சுற்றிக்கொண்டிருக்கும் வார்த்தைகளை ஒரு துணியில் கட்டி ஏதோவொரு மூலையில் பாதுகாப்பாக வைத்துவிட்டதுபோலிருக்கிறது. மூளையின் நரம்புகளுக்கு மொழியைவிட வலிதான் முக்கியமாகப் படுகிறதா? வார்த்தைகள் ஏன் வரமாட்டேன் என்கின்றன? தத்துவ வகுப்பில் வலி குறித்துப் புரிந்துகொள்வது எனக்கு எவ்வளவு புதிராக இருந்தது என்பது நினைவுக்கு வருகிறது. என்னிடம் வலிக்கும் குதிரைக்கும் உள்ள வேறுபாடு பற்றி எழுதச் சொன்னார்கள். என்ன எழுதினேன் என்பது என் நினைவில் இல்லை; இருமைகள் பற்றி வகுப்பெடுக்கும் ஆசிரியர், நான் அந்தக் கட்டுரையில் விஷயத்தைக் கொஞ்சம் புரிந்துகொண்டு எழுதியிருப்பதாகக் கருதினார். பிறரது வலியைப் புரிந்து கொள்வதின் சாத்தியமின்மையை மையமாகக் கொண்டிருந்தது அது. வலியைத் தீண்ட முடியாமை. என்னால் ஒரு குதிரையைத் தொட, பார்க்க, நுகர, செவிமடுக்க எல்லாம் முடியும்; என்னைச் சுற்றியிருப்பவர்களும் அதை ஒப்புக்கொள்வார்கள். ஆனால் வலி, அதை அனுபவிப்பவரின் நடத்தையிலிருந்துதான் நாம் ஒப்புகிறோம். சித்திரவதையின் பின்னாலிருக்கும் கோட்பாடு இதுதான். அவர்கள் செய்வதற்கும், அதன் எதிர்வினையாக ஏற்படுவதை அவர்கள் பார்ப்பதற்கும் கேட்பதற்கும் இடையே ஒரு இடைவெளி உருவாகிவிடுகிறது. அவள் வலியில்தான் துடிக்கிறாள் என யாருக்குத் தெரியும் என்று அவர்களை அது சொல்லவைத்துவிடுகிறது. அவள் நடிக்கலாம். அவர்களின் சித்திரவதையில் அவள் இறந்துபோனாலும், அவள் ஒன்றும் வலியால் இறக்கவில்லை என்று சொல்லிக்கொள்வார்கள். காலப்போக்கில் நான் என் கருத்துகளை மாற்றிக்கொண்டேன். குதிரையும் வலியும் ஒன்றல்லதான். ஆனால் என்னதான் நாம் எல்லாவற்றையும் ஒத்துக்கொண்டாலும் வலியை நம்மால்

உண்மையா இல்லையா என்று சரிபார்க்க முடியாது. எதிர்வினைகளில்தான் தெரியும் வலி. நேற்று அவர்கள் எனக்குச் செய்தது அவமானத்தின் வலி. அவர்கள் மின்தடியால் என்னைக் குத்தவில்லைதான்; ஆனால் நான் வேறு வழியில் காயமடைந்தேன். என் நெஞ்சில் அந்த வலியை உணர்ந்தேன், என் இதயமே நொறுங்குவதைப்போல. அவர்களுக்கும் இது தெரியும். அவர்களுக்கு என்னைப்பற்றி நிறையவே தெரியும், அவர்கள் அறிந்து வைத்திருந்தவைகளுக்காக நான் அஞ்சினேன். உன்னைப்பற்றி அவர்கள் அறிந்தவற்றுக்காகவும் அஞ்சினேன்.

தேசி

நான் வலியைப் பற்றிப் படித்துக்கொண்டிருக்கிறேன். அதைப் புரிந்துகொள்ள முயல்கிறேன். சில சிறுவர்களால் வெட்டுக்கிளியின் கால்களைப் பிய்த்து எறிய முடிகிறது, ஆனால் சிலரை அந்த நினைப்பே அழவைத்துவிடுகிறதே, ஏன்? இதற்கும் அவர்கள் பெரியவர்களாகி நடந்துகொள்ள இருப்பதற்கும் ஏதாவது தொடர்பு இருக்கிறதா? வலி மொழியை அழித்துவிடுகிறது என்கிறார் எலைன் ஸ்கார்ரி. கேத் மொழியை உருவாக்கும் வழிகளை யோசித்தது அதனால்தானோ? சித்திரவதை செய்பவர்களுக்கு எதிரான ஒருவிதப் பழிவாங்கும் செயல் அது. அவரது வென்றெடுக்கும் முறை.

என்னால் செய்ய முடிவதெல்லாம் மௌனமாக இருப்பது மட்டுமே. என் உணர்வுகளை நிலைநிறுத்திக்கொள்ள என் மூக்கைச் சுவரில் அழுத்திக்கொள்கிறேன். இந்த நிலையில் கேமராவால் என் பின்னந்தலையை மட்டும்தான் பார்க்க முடியும்.

மெர்சிடிஸ், மெர்சிடிஸ், கொஞ்சநேரம் உன் நினைப்பில் திளைத்துக்கொள்கிறேன். அப்படியொரு நம்பிக்கை இருக்கும் உன் நடத்தைகளில். நீ நடக்கையில், ஒரே சமயத்தில் நீ நிலத்தோடு ஒன்றியிருப்பதைப் போலவும் எடையற்று மிதந்து வருவதைப் போலவும் எனக்குத் தோன்றும். உன்னுள் லத்தீன் நடனங்களின் துடிப்பு இருப்பதால்தான் அப்படி. நீ திரும்பும்போதுதான் அந்தக் கண்களில் தெரியும் நிழல்களைக் கவனிக்கிறேன். நான் இதுவரை சென்றே இராத பகுதிகள் உன்னுள் இருக்கின்றன. இது சில சமயங்களில் ஒளிநிறைந்த அறைக்குள் நுழைவதைப்போலவும், பிறகு ஒளி அணைந்துபோவதைப்போலவும் இருக்கிறது. கதைகளுக்குப் பஞ்சமேயில்லை, ஆனால் இப்போது நினைத்துப்பார்த்தால், 'சிலி'யின் திகிலூட்டும் வருடங்களை மறைக்கத்தான் இந்தக் கதைகளோ என எனக்குத் தோன்றுகிறது. இரத்தக்களரிகள், உடன்போக்குகள், கைவிடுதல்கள், துரோகங்களாலுமான உன் குடும்ப வரலாற்றை எனக்குச் சொல்லியிருக்கிறாய். நீங்கள் அனைவரும் ஒருவரையொருவர் இறுகப்பற்றியிருந்ததில் ஆச்சரியமேதுமில்லை. உங்கள் பிரபஞ்சத்தில், கயிறுகள் இறுகக் கட்டப்பட்டிருந்தன

என் விஷயத்தில், ஜெல்லி மீன்களின் உணர்கொம்பு களைப் போல அவை மிதந்துகொண்டிருந்தன.

தேசி

எனக்குத் தென் அமெரிக்காவைப்பற்றி அவ்வளவாகத் தெரியாது. அதன் வரலாற்றைப் படித்துத் தெரிந்துகொள்ளப் போகிறேன். 1970களில் மெர்சிடிஸ் தனது குடும்பத்தோடு ஆஸ்திரேலியாவிற்கு வந்துள்ளார். கேத்தின் காகிதங்களுக்கு இடையே ஏகமாக அடையாளமிடப்பட்ட சில புத்தகங்கள் இருந்தன—வரலாறு, புனைவு நூல்கள் கொஞ்சம், சில கவிதை நூல்கள்.

கிரிஸ்டினா பெரி ரோஸ்ஸியின் 'எவோஹெ' புத்தகத்தின் இருமொழிப் பிரதி ஒன்று: கிரேக்கத் தலைப்புடன் லெஸ்பியன் விருப்பங்களைப் பேசிய புத்தகம் இது, உருகுவே நாட்டைச் சேர்ந்த இதன் ஆசிரியர் நாட்டைவிட்டு வெளியேறியிருந்தார். மர்ஜோரி அகோசின், அலிசியா பர்ட்னாய் எழுதிய கவிதைகளும், லூயிசா வேலன்சூலா எழுதிய கதைகளும் நாவல்களும் இருந்தன. புயனஸ் ஏரீஸில் இருந்து வெளியாகிய புருஜாஸ் எனும் பெண்ணியப் பத்திரிகையின் பல பிரதிகள் கொண்ட ஒரு சிறு கட்டு இருந்தது. எனது கைபேசியில் இருக்கும் அகராதியில் அர்த்தம் கண்டேன், புருஜா – சூனியக்காரி. முந்தைய நூற்றாண்டுகளைச் சேர்ந்த எதிர்ப்பாளர்கள். புத்தகங்களில் இருந்த தேதிகளை வைத்துப்பார்த்தால் அவர் கைதாவதற்கு வெகுகாலத்துக்கு முன்னரே இவற்றை வாசித்திருக்கிறார் என்று தெரிகிறது, பலவண்ணப் பேனாக்களால் அவர் அடையாளமிட்டிருப்பதைப் பார்த்தால் அவர் அவற்றையெல்லாம் மீண்டும் வாசித்திருக்கிறார் என நினைக்கிறேன். இப்போது என் முறை.

ஒரு காகிதத்தில் பிரம்மாண்டமான பறவை வரையப் பட்டிருந்தது. அதன் கருஞ்சிறகுகள் அகல விரிந்திருந்தன. அதுபோல ஒரு பறவையை நான் பார்த்ததே இல்லை. அதன் தலைமீது உறைபனி இருந்ததைப் போலிருந்தது.

நாள் 11

என் மனம் தீவிரமாக இருக்கிறது. காரைச்சுவரில் இருந்த பிளவையே பல மணிநேரமாகப் பார்த்துக்கொண்டிருக்கிறேன்; அது சுவரில் வளைந்து நெளிந்து இறங்கிக் கிளைகள் பரப்புவதை. அதை ஒரு குதிரையின் தலைகொண்ட படமாக மாற்றிக்கொண்டேன். பக்கவாட்டில் திரும்பியிருந்த அதில் ஏதோ ஒருவிதக் கோமாளித்தனம். அவர்கள் என் விஷயத்தை முடிப்பதற்குள் என்னைச் சுற்றிலும் வடிவங்களின் காட்சித்தொகுப்பு இருக்க வேண்டும். இன்னும் எவ்வளவு காலம் அவர்கள் என்னை இங்கு வைத்திருப்பார்கள்? என்னை என்ன செய்யப்போகிறார்கள்? என்னவெல்லாம் சாத்தியம் என்று யோசிக்காமல் இருக்க முயல்கிறேன்; ஆனால், சாத்தியங்களைப் பற்றி யோசித்து எதிர்பார்த்திருப்பதுதான் எனக்கு இருக்கும் ஒரே பாதுகாப்பு; வழிகள் அவர்கள் மனதில் வருவதற்கு முன்பே என் மனதில் யோசித்துப் பார்ப்பது.

மனக்கண் வழியாகக் கலைஞர்களின் உருவங்களை வரைந்து பார்க்கிறேன். சூசன்னே பெல்லாமியின் பீங்கான் சிற்பங்கள், விரிஜீனியா, கெர்ட்ரூட் இவர்களின் வாழ்க்கைச் சம்பவங்களின் புடைப்பு அச்சோவியங்கள். அவற்றைப் புரட்டுகிறேன், திருப்பிப் பார்க்கிறேன், அவற்றில் ஒன்றின் முதுகுப்பகுதியை ஆராய்கிறேன்; ஒருத்தியின் தோள்களின்மீது பாம்புகள் பின்னிக்கிடக்கின்றன. சிறு பீங்கான் புத்தகமொன்றை என் கையில் வைத்திருக்கிறேன். அதன் தலைப்பு, நான் படிக்க விரும்பிய, ஆனால், இன்னும் எழுதப்படாத புத்தகத்தினுடையது. Lesbian Linear B. லெஸ்பியன் தகவல்களை – எங்களின் துன்புறுத்தப்பட்ட வரலாறு முழுவதும் நாங்கள் உபயோகித்த சின்னங்களையும் அடையாளங்களையும் – சங்கேத மொழியில் இருந்து விடுவிப்பது. நூலாசிரியர் அநாமதேயர். அறியப்படாதவர். ஜோவட் மார்செஸால்ட் கேட்பதைப்போல, எங்கிருக்கிறது அறியப்படாத லெஸ்பியனின் கல்லறை? யாரவள்? அவளை நாம் என்னவென அழைப்பது? அவளைப் பெருங்கூட்டமென அழைக்கலாமா? தாக்கத் துணிந்தவள் என அழைக்கலாமா?

நெமோசின், பல்வேறு கலைகளின் தாய். அவர் இல்லையென்றால் நம்மைச் சுற்றியுள்ள உலகை நினைவில் வைத்துக்கொள்ள முடியாது. இப்போதெல்லாம் நினைவு குறைத்து மதிப்பிடப்படுகிறது. அது சிலிகான் சிப்களில் இருப்பதாக மக்கள் நினைக்கிறார்கள். ஆனால் நினைவு என்பது அதீத வளமிக்கது.

அவரது மகள்களான யூடபி, டப்சிகரி, பாலிஹிம்னியா ஆகியோர் நெருங்கிய சிநேகிதிகள். அவர்கள் தொடர் இயக்கத்தில் இருக்கிறார்கள். பறவைகளைப்போலப் பாடு கிறார்கள். எப்போதும் ஏதேனும் குச்சியால் ஏதாவது தோலைத் தட்டிக்கொண்டிருக்கிறார்கள், காலிக்குழாய்களை ஊதுகிறார்கள், ரீங்காரம் இடுகிறார்கள், ஓதுகிறார்கள், அவர்களின் உடல்கள் சுதந்திரமாகத் திரிகின்றன. அவர்களே கலைகளில் மூத்தவர்கள்.

கவிஞர்கள் தங்களுக்கு ஏதேனும் விஷயப்பொருள் வேண்டுமெனக் கேட்கிறார்கள், அதனாலே பாடல்களில் வார்த்தைகளைச் சேர்க்க எரடோவும், அவரது சகோதரியான தீவிரமுகம் கொண்ட கலாயுபியும்—கவிதைமீது தீவிரப்பற்றுக் கொண்டிருந்தால் இரவு முழுவதும் விழித்திருக்கத் தயாராக இருக்க வேண்டும் என்றவர்—வருகின்றனர். இசைக்கலைஞர்கள் இராக்கால ஆந்தைச் சகோதரிகளை ஆரவாரமாய் வரவேற்கிறார்கள்.

அடுத்து, இரட்டையர்களான மெல்போமனி, தாலியா வருகிறார்கள். அவர்கள் தங்களின் நாடகக்கலை முந்தைய கலைகளையெல்லாம் ஒன்றாக்கக்கூடியது என்கிறார்கள், கூடவே நாம் அழவும் சிரிக்கவும் வேண்டும் என்கிறார்கள். மெல்போமனி அக்காளாக இருந்தபோதும் தாலியாதான் இறுதி முடிவுகள் எடுப்பவர்.

க்ளியோவின் மணியோசைகளே, உங்களின் திரண்ட நினைவுகளை ஒருங்கிணைக்க முடியாவிட்டால் என்ன பயன்? நாம் ஒப்புக்கொள்வதே வரலாறு ஆகிறது; அடுத்த தலைமுறைக்கு நாம் அதைத்தான் கடத்துகிறோம். கடைசியாக வருகிறார் யுரேனியா, நேரத்தை ஒருங்கிணைக்க

முடியாவிட்டால் இவையனைத்துமே வீண் எனக் கருதுபவர். அவர் இதற்கு விண்கோள்கள்தான் மிகச்சரியான வழி என்கிறார். அவை அதிஒழுங்காக இயங்குபவை; ஒவ்வொரு அற்பவாழ்வையும் விஞ்சி நீண்டகாலம் வாழ்பவை. எனவே நமது கதைகளை அவற்றின் நகர்வுகளை வைத்து அறிந்துகொள்ளலாம்.

தேசி

எகேத்தரீனா, உங்களுக்கு உங்களின் புராணங்களை நன்றாகத் தெரியும், ஆனால் நானோ அதைப் படித்துத்தான் தெரிந்துகொள்ள வேண்டியிருக்கிறது. நெமோசினுடைய மகள்களின் பெயர்கள் இதோ:

யூடபி: இசை

டப்சிகரி: நடனம்

பாலிஹிம்னியா: பாடல்

எரடோ: வசன கவிதை

கலாயுபி: காவியக் கவிதை

மெல்போமனி: அவலம்

தாலியா: நகைச்சுவை

க்ளியோ: வரலாறு

யுரேனியா: வானியல்

பத்தாவது கலைதேவதை – ஸாப்போ.

நாள் 11

சரி, அவர்கள் அப்படி என்னதான் சாதிக்க விரும்புகிறார்கள்? அவர்களின் அதிகாரத்தை என்னிடம் காட்டிவிட்டார்கள். ஆண்குறியின் அதிகாரத்தை. ஆண்களாக அவர்கள் கொண்டிருந்த கூட்டுப்பிணைப்பையும்தான். கூட்டாய் வன்புணர்பவர்கள். என்னைப் பீதியடைய வைக்க அவர்கள் என்னைத் தொட வேண்டியிருக்கவில்லை. அவர்கள் என்னைப் பலவீனமாக்கப் பார்க்கிறார்கள். அவர்கள் எந்தச் சுயத்திற்கு வேதனை உண்டாக்கப் பார்க்கிறார்கள் என்பது எனக்குத் தெரியும்; எனது லெஸ்பியன் சுயத்திற்கு. அவர்களின் ஆண்மையால் என்னை மிரட்டுகிறார்கள். என் வாழ்வில் ஆண்களே இல்லாமல் பல வருடங்கள் வாழ்ந்துவிட்டேன் என அவர்கள் அறிவார்கள். அவர்களின் மேலதிகாரி யாரோவொருவர் என் எழுத்துகளைப் படித்திருக்கிறார். நானும் ஒன்றும் சும்மா இருக்கவில்லைதான். ஆனால் அது இப்படி வந்து முடியுமென்று நாங்கள் யாருமே நினைத்துப் பார்த்திருக்கவில்லை.

தேசி

நான் புயனஸ் ஏரீசுக்கும் சாண்டியாகோவுக்கும் செல்கிறேன். எனக்குப் பயண நல்கை கொடுத்துள்ளனர், எனவே எனது நாவலுக்கு மேலும் தகவல்கள் சேகரிக்கலாம், விளங்கிக்கொள்ளலாம். மிக உற்சாகமாக இருக்கிறேன். கடவுளே, நான் கொஞ்சமேனும் ஸ்பானியமொழி கற்றுக்கொள்ள வேண்டும். பள்ளிக் காலத்தில் கற்ற இத்தாலியமொழி கைகொடுக்கும்தான், ஆனால் அது போதாது.

நேர்வாரிசுகள் இல்லாத எனது உறவினர்களிடம் நான் இன்னும் கவனம் செலுத்தியிருக்க வேண்டும். காலம் மிகவும் கடந்துவிட்டது. கேத் போய்விட்டார், மெர்சிடிஸ் எங்கிருக்கிறார், அவர் இருக்கிறாரா என்றுகூட எனக்குத் தெரியவில்லை. அவர்கள் விசித்திரமானவர்கள்; சில இடங்களில் தங்களின் பெரியப் பெரிய காலடித்தடங்களை விட்டுச் சென்றிருக்கிறார்கள், அதன்பிறகோ ஒன்றுமேயில்லை, மிகப்பெரிய மவுனம்.

நாள் 12

நாளின் எந்த வேளை அதுவென என்னால் கண்டு பிடிக்க முடியவில்லை. அவர்கள் குறுந்தகடுகளை அலற விட்டிருப்பதால் பறவைகளின் சத்தத்தை என்னால் கேட்க முடியவில்லை. அவர்கள் எனது தலைமறைப்பை எடுத்துவிட்டார்கள்; பதிலாகச் செயற்கை வெளிச்சத்தைத் தொடர்ச்சியாய் எரியவிட்டிருக்கிறார்கள். கண்களை மூடிக்கொள்கிறேன், ஒன்றும் வேலைக்காகவில்லை. கிடைத்த கொஞ்சநஞ்ச உறக்கத்தையும் திடீரென அலறிய ஒலிப்பெருக்கி இரைச்சல் சிதறடித்துவிட்டது. என் மனதைச் சுறுசுறுப்பாக வைத்துக்கொள்ளப் பார்க்கிறேன், என் உடலையும்தான். தண்டால் எடுக்கிறேன். சாகசநிகழ்ச்சி ஒன்றுக்குத் தயாராவதாகக் கற்பனை செய்துகொள்கிறேன். கற்பனையில் நான் டிஷ்யூவைப் பற்றிக்கொண்டு ஏறுவதைக் காண்கிறேன். அதைச் சுற்றிக்கொண்டு, இசைக்கேற்ப, எழுத்தின் தாளத்திற்கேற்ப அசைந்தாடுகிறேன். ஒரு நாளுக்குள் எத்தனை முறை முடியுமோ அத்தனை முறை இருபது இருபதாகத் தண்டால்கள் எடுத்துவிட வேண்டுமெனப் பார்க்கிறேன். அத்துடன் எளிய உடற்பயிற்சிகளும் பஸ்கியும் எடுக்கிறேன். ஆனால் எனது சோர்வு என்னைச் சலிப்பிற்குள் பிடித்துத் தள்ளிவிடுகிறது, சிலநேரங்களில் நான் சும்மாவே உட்கார்ந்திருக்கிறேன். வெறுமை.

ஒன்றுமில்லா நிலை. சாம்பல்நிறத் தொடுவானம். புகைபடிந்த சாம்பல்நிற வைகறைகள், சதை எரியும் நாற்றம் நிரம்பிய காற்று. எங்களுடையதாகவும் இருக்கலாம்; வேறொருவருடையதாகவும் இருக்கலாம். ஒரே ஒருமுறை நடப்பதல்ல இது. ரோமின் புனிதக்கன்னிகளை எண்ணிப் பாருங்கள். சூனியக்காரர்கள் என்று முத்திரை குத்தப்பட்டவர் களின் சகாப்தத்தை எண்ணிப்பாருங்கள். எரியும் சிதைகளை.

'சதி' நெருப்பில் எரிந்த இளம்விதவைகளை எண்ணிப்பாருங்கள். யூதர்களையும் நாடோடிகளையும் எண்ணிப்பாருங்கள், சமுதாயத்தோடு இயைபு அற்றவர்களான விலைமாதர்களையும் லெஸ்பியன்களையும் குறைபாடுகொண்டவர்களையும் எண்ணிப்பாருங்கள், இவர்கள் அனைவருமே அவர்களின் செயல்களுக்காக அல்ல, அவர்கள் யாராக இருந்தார்களோ அதற்காக இழிவுபடுத்தப்பட்டவர்கள்.

இந்தப் பாதாளவுலகத்தில் எனது மூதாதையரின் ஐந்து நதிகளினூடாக நான் என் பாதையைத் தொடர்கிறேன். பயணம் செய்ய எளிதான நதிகளாக அவை இருக்கவில்லை. ஆனால் அவற்றைக் கடக்கவேண்டியவர்கள் இறந்துவிட்டார்கள், அதனால் அந்தப் பாதை இனிமேலும் சிரமம் தருவதாக இருக்க முடியாது. சொர்க்கத்தைச் சென்றடைய முடியாமல் போகலாம்தான். நான் கேட்கிறேன், யாருடைய சொர்க்கம் அது?

இந்தப் பாதாளவுலகத்தில் நுழைவதற்கு முன்னர் படகோட்டிக் கிழவன் ஷரோனோடு பேச வேண்டியிருக்கும். ஆனால் எல்லோருக்கும் வாய்ப்பளிக்க வேண்டும் என்பது திட்டமாக இருந்ததால், இப்போது ஒரு படகோட்டிப் பெண்ணின் முறை. அவள் ஒரு பழைய பெயரொன்றை வைத்துக்கொண்டாள். அப்படி வைத்துக்கொள்ளத்தான் வேண்டும். அந்த வேலையின் விதிமுறை அப்படி இருந்தது, அவள் என்னை ஆசிரோன் நதியைக் கடத்திவிட வேண்டும். நான் அழுகிறேன், அழுகிறேன், இன்னும் இன்னும் அழுகிறேன். கண்ணீர்க் குளம். எனக்கு முன்னால் இறந்தவர்கள் அனைவரின் துக்கம். மெர்சிடிஸ் நீ அங்கு இருக்கிறாயா? உனது பாதாளவுலகத்திலும் கிரேக்கமொழி பேசுகிறார்களா?

ஆனால் ஆசிரோனைக் கடந்தால் மட்டும் போதாது. ஷரோன் என்னை ஆசிரோனுக்கும் கோசிடைஸுக்கும் இடைப்பட்ட கரைப்பகுதியில் இறக்கிவிட்டபோது நான் தேம்புகிறேன்; நான் செய்தவை ஒவ்வொன்றும் தப்பாய்ப் போய்விட்டதே என்று புலம்புகிறேன். மெர்சிடிசையும் நான் கைதுசெய்யப்பட்ட அன்று சுட்டுக்கொல்லப்பட்ட என் அழகு பிரியாவையும் கூப்பிட்டுக்கொண்டே இருந்தேன்.

என்னிடம் இவ்வளவு கண்ணீர் இருக்கிறது என்பது யாருக்குத் தெரிந்திருக்கப் போகிறது, கண்ணீர் குருதியைப்போல என்னிடமிருந்து கொப்பளிக்கிறது.

நாங்கள் ஒரு சுற்றுப்பாதையில் வட்டமடித்து மீண்டும் ஆசிரோனுக்குத் திரும்பியிருக்கிறோம். அது தனது கிளையாறுகள் ஃப்ளகத்தானையும் பெரிஃப்ளகத்தானையும் இங்கே சந்திக்கிறது. எங்கும் ஒரே நச்சுப்புகை மண்டலம்.

என் கண்களிலிருந்து நீர், அவை துக்கத்தின் துளிகள் அல்ல, என்னவோ கண்ணீர்ப்புகைக் குண்டுகள் என்மீது வீசப்பட்டதுபோல. முடிவே காணாத இவ்விரண்டு நதிகளையும் சுற்றியடித்துக்கொண்டு மெதுவாகச் செல்லும் எங்கள் பயணம். நேரமறியாத உறக்கத்தில் நான்.

ஸ்டைக்ஸ் நதி அதே பெயர்கொண்ட பெண் தெய்வத்தின் கட்டுப்பாட்டில் இருக்கிறது. அவள் எதற்கும் அஞ்சாதவள்; அவளுக்குக் கொடுத்த வாக்கை யாராலும் மீற முடியாது, அது கடவுளானாலும் சரிதான், மனிதனானாலும் சரிதான். நான் பழிக்குப்பழி வாங்குவதாகப் பல சபதங்கள் இட்டிருக்கிறேன். ஸ்டைக்ஸ் மட்டும் என் பக்கம் இருப்பாளானால், நானும் பெண்களை வெறுக்கும் அச்சிலஸ்போல இருப்பேன், நீங்கள் நம்புவீர்கள் என்றால்; இப்போதைக்கு நான் அப்படித்தான் இருப்பேன்.

அதற்குள் நாங்கள் பெருகியோடும் லீதி நதியில் மனக்கிளர்ச்சியோடு சென்றுகொண்டிருக்கிறோம். நான் என் போத்தலை நீரில் முக்கியெடுக்கிறேன். மறதியின் போதையில் எனது இழப்புகளையும் கண்ணீர்களையும் புலம்பல்களையும் பழிக்குப்பழி வாங்கும் சபதங்களையும் மறக்கிறேன். பின்னர், மிகவும் பின்னர் நான் நெமோசினேோடு சேர்ந்து குடிப்பேன்.

தேசி

இம்முறை கேத், எகேத்தரீனா என்ற இன்னொரு ஆளுமையாக இலக்கங்களைப்பற்றி எழுதிக்கொண்டே போகிறாள். ஐந்து நதிகள் ஆகப் புதியது. இன்னொன்றோடும் இதைச் சேர்த்துப் பார்க்கிறேன்: சித்திரவதையின் ஐந்து வடிவங்கள். சித்திரவதை பற்றிய துன்பகரமான ஆய்வுக்காக நாம் சல்லடைப்போட்டு விஷயங்களைத் தேடும்போது இப்படி ஏதாவது நடக்கும். கீழே இருப்பவை த மானுவல் (கையேடு) என்ற பாசங்கற்ற பெயர்கொண்ட ஒரு நூலிலிருந்து எடுத்தவை:

> **சுவரோடு நிறுத்திவைத்தல்**: கைதிகளைப் பல மணிநேரம் இக்கட்டான நிலையில் நிற்கவைத்தல்– முகத்தைச் சுவரோடு அழுத்திவைத்துக்கொள்ள வேண்டும்; கைகளை இறக்கைபோல விரித்து உயர்த்தி விரல்கள் தலைக்குமேலே சுவரில் பதியும்படி வைக்க வேண்டும்; கால்களை விரித்து உடல்பாரம் முழுவதையும் கைதி தன் கால்விரல்களாலேயே தாங்கும் படியாகப் பாதங்களைப் பின்னுக்குத் தள்ள வேண்டும்.
>
> **முகமறைப்பு** : கருப்பு அல்லது கருநீலநிறத்தில் ஒரு பை முகத்தில் போடப்படும்–எப்போதும் இருக்கும்– விசாரணை நேரம் தவிர்த்து.
>
> **இரைச்சல்**: தொடர்ச்சியான உரத்த அல்லது சீறும் சத்தங்கள்.
>
> **தூக்கத்தை இழக்கச்செய்தல்**: கைதியைத் தூங்கவே விடாமலாக்குதல்.
>
> **உணவும் நீரும்**: கைதியைப் பட்டினிபோடுவது தாகத்துக்குத் தண்ணீர் கொடுக்காமல் அதை அதிகரிப்பது.

இந்தக் கையேடு சிஐஏ அல்லது அமெரிக்கப் பள்ளிகளாலோ அல்லது தென் அமெரிக்கக் கழுகு நடவடிக்கையினராலோ தயார் செய்யப்பட்டிருக்கலாம். என்னால் கண்டுபிடிக்க முடியவில்லை; என் ஆய்வு இலக்கியத்தில்தானே, உளவுபற்றி இல்லையல்லவா?

நாள் 13

சித்திரவதையாளர்கள் களவாளிகள்; அவர்கள் நம்மிடமிருந்து களவாடுகிறார்கள். நம்மை, நமது படைப்பாற்றலைப் பாழ்செய்கிறார்கள். நான் பொறுமையோடு தாங்கிக்கொண்டு செல்லவேண்டிய பாதையின் ஆரம்பம் இது. என் இருப்பை நான் எப்படிக் காத்துக்கொள்ள வேண்டும்? எவ்வளவு காலம்தான் இது தொடரும்? இது எப்படி முடியப்போகிறது? எனக்குப் பீதியாக இருக்கிறது.

யாரை நான் காட்டிக்கொடுக்க வேண்டும்? எங்களைக் காட்டிக்கொடுத்தவர் யார்?

எனக்கு வேண்டியவர்கள் எல்லோரும் இறந்து கிடக்கிறார்கள்: மனிதர்களும் நாய்களும். இந்தத் துக்கத்தை நான் எப்படி அடக்கிக்கொள்வேன்? அவர்கள் என் மிகச் சிறந்த நண்பர்கள், இருவரையும் சுட்டுவிட்டார்கள்: மெர்சிடிஸும் பிரியாவும். அவர்கள் பிரியாவை வேண்டாத ஒரு பொருளைப்போல நடத்தினர்; வாழ்வின் சிறு நினைவோடு அவளது தசைகள் கொஞ்ச நேரம் துடிதுடிக்க, அவளைத் தலைகீழாகத் தூக்கி, பின்னர் வீசினர். பிரியா எங்களுக்கு சந்தோஷத்தைக் கொண்டுவந்தாள்; தனது ஈரமான மூக்கால் முட்டி என்னைக் காலையில் துயிலெழுப்புவாள். நான் கண் திறக்கும்வரை காத்திருப்பாள், காலைக்கடனை என்னோடு சேர்ந்து கழிப்பதற்காகவும் அவளுக்குக் காலை உணவைத் தயார்செய்வதற்காகவும். அவளின் உடல்கடிகாரம் எங்களின் அன்றாட வழமைகளோடு ஒட்டி ஓடியது. பின்மதியம், நாங்கள் எங்களின் தினசரி நடைக்கும் அவள் சக நாய்களைப் பார்க்கவும் போக வேண்டும் என்பதை நினைவுறுத்த வேண்டிய பொழுது. இந்த இருண்ட, துர்நாற்றம்வீசும் இடத்தில் சுருண்டுபடுத்துக்கொண்டு அவளது கரு விழிகளை, டிங்கோ தலையை, சுழல்வட்டப் பிரபஞ்சத்தைப்போலச் சேர்ந்து சுழலும் அழகான முடிச் சுழிகளைக் காண முயல்கிறேன்.

நான், பல காலத்துக்கு முந்தைய என் மூதாதையரை யும் பாதாள உலகத்துக்கான இந்தப் பயணத்தை அவர்கள் எப்படிப் பார்ப்பார்கள் என்பதையும் யோசித்துப்பார்க்கிறேன். கடத்தப்பட்டபோது பெசஃபனி அலறியதுபோல. ஹெகேத் மட்டும்தான் அவளது அலறல்களைக் கேட்டாள். ஹெகேத்தின் பெயரைத்தான் எனக்கு இட்டார்கள். ஹெகேதரீனா, எகேத்தரீனா, கேதரீனா, கேத். ஹெகேத் என்ன செய்வாள்? புராதனகாலப் பெண்ணியவாதியான அவள், ஜீயசும் அவனது சகோதரன் தாதா ஹாடேயும்தான் இதன் பின்னணியில் இருக்கிறார்கள் என்பதைச் சொல்கிறாள். இதனால் என்ன நடந்துவிட்டது? இந்தப் புராதனக் கடவுள்களும் அவர்களின் வம்சாவளி மதங்களைப் போலத்தான். ஆண்கள் தங்களைக் காபந்து செய்வதற்கான உல்லாசச் சபைகள்.

ஹாடே, பெசஃபனியிடம் தனது உலகத்தை அவளுக்குத் தருவதாக வாக்குக் கொடுக்கிறான். அவள் அந்த உலகின் மகாராணியாகலாம் என்று சொல்கிறான். அவள் அதற்காக நன்றிவிசுவாசத்தோடு இருக்க வேண்டும் என்று எதிர்பார்க்கிறான். தாயைத் தேடுகிறது அவளுக்கு. தாய் திமித்ரோவைப் பார்க்கச் செல்ல வேண்டுமென விரும்புகிறாள். அடுத்து நடப்பதுதான் வஞ்சகம்: *கண்ணே, இந்த மாதுளைமுத்துகளோடு கொஞ்சம் சிவப்பு ஒயின் எடுத்துக்கொள்.* அப்படிப் போடு, அவள் மாட்டிக் கொண்டுவிடுகிறாள். இனி எங்கேயும் நீ போக முடியாது பொண்ணே.

பெசஃபனின் பாதாளவுலகப் பயணம் குறுக்குவழியாகவே போன பயணம். பேச்சுத்துணைக்குப் படகோட்டி கிடையாது. வழியில் ஆகாயத்தாமரைக் கொடியில் அவள் சிக்குண்டபோது கேட்பார் யாருமில்லை. கண்ணீருக்குப் பஞ்சமில்லை. அவள் தேம்பியபடியிருக்கிறாள். ஹாடே அவளைத் திருமணம்செய்யத் தூக்கிச்சொல்லும்போது அவள் அவனை முஷ்டியால் குத்துகிறாள். ஆனால் அது சரிசமமான சண்டையல்ல. அவள் ஒரு பெண். அவளுக்கு என்னவிதமான சொர்க்கத்தைத் தருவதாக அவன் வாக்களித்திருப்பான்?

பாதாள உலகத்தில் எவ்வளோ நதிகள். ஆசிரோன், கோசிடைஸ், ஃப்ளகத்தான், பெரிஃப்ளகத்தான், ஸ்டைக்ஸ், லீதி ஆகியவை ஒரு நச்சுச் சதுப்புநிலத்தில் சந்திக்கின்றன. அடர்த்தியான பனிமூட்டத்தால் வழி தெளிவற்றுப்போகிறது. ஒவ்வொரு நதிக்கும் அவற்றுக்கே சொந்தமான துக்கங்கள் இருக்கின்றன. என்னைச் சுற்றி அவை அலறுகின்றன, விடாமல் ஓலமிட்டுக்கொண்டேயிருக்கின்றன. எவராலும் தடுக்க முடியாது போலிருக்கிறது. என் மனமோ மறப்பதும் நினைப்பதும், நினைப்பதும் மறப்பதுமாகவே இருந்துகொண்டிருக்கிறது. எது வேண்டும் என்று எனக்கு உறுதியாகச் சொல்லத் தெரியவில்லை. துக்கத்தை யார்தான் நினைவுகூர விரும்புவார்? ஆனால், அவள் போய்விட்டாள் என்று உணரும்போது ஞாபகமே நம்மைத் துன்புறுத்தும்.

பெசஃபனி, கடத்தப்பட்ட குழந்தை. ஆனால் எல்லோருமே வாயை மூடிக்கொண்டிருக்கவில்லை. கைனி, பெசஃபனியின் நெருங்கிய சினேகிதி. கவர்ந்திழுக்கும் கன்னியல்ல அவள். தனது சினேகிதியைக் கடத்திச்செல்லும் மரணத்தின் கடவுளை எதிர்த்து நிற்கிறாள். நிறுத்து, மனைவியைப் பெறுவதற்கு இது வழியல்ல, அவளைப் போகவிடு என்று அவனிடம் சொல்கிறாள். தன்னளவில் பிளவுபட்டிருக்கும் ஹாடே பூமியைப் பிளக்கிறான்.

மௌனமாக நின்றபடி அழுகிறாள் கைனி. அவள் மேலும் மேலும் அழுகிறாள்; அவள் கண்ணிலிருந்து புதிதாக ஒவ்வொரு துளி பிறக்கும்போதும் அவள் திரவமாய் கரைகிறாள். கடலைப்போன்ற நீலவண்ணக் கூந்தல் உருகுகிறது. ஒவ்வொரு உறுப்பாக, தோள்கள் கைகள் என ஒவ்வொன்றாக, தனது தோழிக்காகத் துக்கத்தில் கரைகிறது.

திமித்ரோ வந்துபார்க்கும்போது பேச்செல்லாம் திரவத்தில் விழுங்கப்பட்டுவிடுகிறது; சொற்கள் இல்லை, வெறும் குமிழிகள், குமிழிடும் ஓசைகள். அவள் திமித்ரோவிடம் பெசஃபனியின் மேலாடையைச் சுட்டிக்காட்டுகிறாள்; திமித்ரோ தன் மகள் கடத்தப்பட்டதை அறிந்து கொள்கிறாள்.

தேசி

நான் இன்று கேத்தின் மேலும் சில கவிதைகளைக் கண்டெடுத்தேன். அவை கசங்கிய சிறிய உறையில் இருந்தன. மறைவாக வைக்கப்பட்டிருந்தன. எதற்காக? இந்தக் கவிதைகளை யார் படிக்கக்கூடாது என்று அவர் நினைத்தார்? நான் அவற்றில் ஏதாவது ஒழுங்குவரிசை இருக்கிறதா என்று கண்டுபிடிக்க முயன்றேன்; காதல், மரணம், துக்கம் இவை பற்றிய கவிதைகள் அவை.

> கவிதைகள் எனக்குக் கவசங்கள்
> அவை என் மேனியை அழுத்துகின்றன
> என் சருமத்தில் குத்துகின்றன,
> ஆனாலும் என் கவிதைகள்தான் என் கவசம், அமோர்.

இந்த எழுத்துகளையெல்லாம் வைத்துக்கொண்டு என்ன செய்ய வேண்டும் என்று எனக்குத் தெரியவில்லை. இவற்றையெல்லாம் தொகுத்து ஒரு முழு நூலாகக் கொண்டுவர முடியும் என்று எனக்குத் தோன்றவில்லை. அவருக்கு ஏதோ மறைவான நோக்கமிருக்கலாம். துண்டுத் துண்டாக விட்டுச் சென்றிருக்கிறார், கோர்வையற்று இருக்கிறது அவரது படைப்பு. வம்சாவளியைத் தொடர்கிறாரா? உண்மையில் இந்தப் பெட்டிகளை விட்டுச்சென்றிருப்பதும்கூடத்தான். ஒரு காலகட்டத்தில் ஏற்றுக்கொள்ளப்படாதவை இன்னொரு காலகட்டத்தில் பரவசத்துக்குரியவையாகின்றன. அவர் தன் பாட்டியின் தலைமுறையைப் பற்றியும் சில குட்டிக் குட்டிச் சிந்தனைத் துணுக்கள் எழுதியிருக்கிறார். சில, சுயவரலாறுபோல இருக்கின்றன, சிலவற்றைப் படித்தால் புனைகதைபோல இருக்கிறது. யாருக்குத் தெரியும்? அவர் குழந்தையாக இருக்கும்போதே அந்தத் தலைமுறையைச் சேர்ந்த பலரும் இறந்துபோய்விட்டார்கள் என்பது வம்ச மரத்திலிருந்து தெரிகிறது.

இதோ அந்தக் குறுங்கவிதைகளில் மற்றொன்று:

எப்படி அடக்கிக்கொள்வது
இந்த உணர்ச்சிகளை –
கவிதைகளால் மட்டுமே.

எது முதலில் வந்தது? ஒருபக்கம் கவிதை அவளை மனம் சிதைந்துபோகாமல் காக்கிறது; மற்றொரு பக்கம், அது அவளது உணர்ச்சிகளைக் கட்டுக்குள் வைத்துக்கொள்ளச் செய்கிறது. அந்த உறைமீது அவள் இப்படி எழுதியிருக்கிறாள்: மெர்சிடிசுக்கு, படிக்க வேண்டும் என்று அவள் என்றாவது கேட்டாள் என்றால்.

இப்போது எனது கேள்வி, மெர்சிடிஸ் இன்னும் உயிரோடு இருக்கிறாரா?

ரபுன்ஸெல்லும் பெசஃபனியும் விழிப்புணர்வு ஏற்படுத்தும் கூட்டத்துக்குப் பின்னர் காபிக்காக வெளியே போகிறார்கள். ரபுன்ஸெல் சொல்கிறாள் "உன் கதையைச் செய்தியில் படித்தேன்: கடத்தல், வன்புணர்வு, சிறைவைப்பு. ஆனால் நாமிருவரும் சந்திக்கும்வரையிலும் எனக்கும் இதில் தொடர்பு இருக்கும் என்று தோன்றியதில்லை. எல்லோரும் என் தாயைப் பொல்லாத வஞ்சகி என்கிறார்கள். அப்போதெல்லாம் அதிலிருக்கும் பொய்யை நான் புரிந்துகொண்டதில்லை. தங்களின் மகள்களைக் காப்பாற்ற முயன்ற தாய்மார்களைப் பற்றி மோசமாகப் பேசுகிறார்கள் அவர்கள், அவர் செய்தது அதிகப்படிதான், ஆனால் ஒரு விதத்தில்பார்த்தால் அவர் திமித்ரோவைவிட அப்படி ஒன்றும் வித்தியாசமில்லை."

பெசஃபனி அமர்ந்துகொண்டு ஆமோதிக்கிறாள், "என்னைக் கடத்திக்கொண்டு போகிறான் என்று எனக்குத் தெரியாது. ஹாடே மாமா அவ்வளவு அழகு. அவர் எனக்குப் பரிசுகள் தந்தார்; உலகத்தைச் சுற்றிவரலாம் என்றார். அவர் பாதாள உலகத்தைத்தான் சொன்னார் என்று எனக்குப் புரியவில்லை. அவரது இருளடைந்த பாழ்வீடு. என் தாயார் வந்தபோது எனக்கு ரொம்ப ஆசுவாசமாக இருந்தது; ஆனாலும் அவரது விருப்பத்துக்கு மாறாக இன்னும் கொஞ்சம் சிவப்பு வைனும் மாதுளைமுத்துகளும் எடுத்துக்கொண்டேன். அவர், 'வேண்டாம், எடுத்துக்கொள்ளாதே,' என்று சொல்லியபடி தலையசைத்துக்கொண்டிருந்தார்."

"உனது இளவரசன் என்னானான்?" என்று கேட்டாள் பெசஃபனி.

ரபுன்ஸெல் ஒரு கணம் தயங்கினாள், பின்னர் அவள் கண்களைப் பார்த்தாள். "உன் கதையைக் கேட்டபிறகு நான் அதில் போய்விழ மாட்டேன். பரிசுகள் தருவதாக, உலகம் சுற்றிக் காண்பிப்பதாக, ஒரு ராஜ்ஜியத்தை அளிப்பதாக எல்லாம் அவனும்தான் சொன்னான். எனக்கென்று நானே ஒரு கோபுரம் அமைத்துக்கொண்டு, அதிலிருந்தபடியே கண்காணிப்பேன். தனியாகவே நான் உலகத்தைப் பார்க்கப்போகிறேன். நீயும் கூடவர விரும்புகிறாயா?"

நாள் 14

காலைத் தேநீர் வேளையில் இருவர் வந்தார்கள். இருவரின் கையிலும் தடிகள் இருந்தன. அவர்கள் என்மீது அதை இறக்கியபோது நான் நடுநடுங்கினேன். பாதுகாப்புத் தேடிச் சுவரை நோக்கி ஓடினேன், தற்காத்துக்கொள்வதற்காக. நான் பயத்தில் எந்தப் பகுதியையெல்லாம் சுவரில் சாய்த்திருந்தேனோ அவற்றை மட்டும்தான் என்னால் காத்துக்கொள்ள முடிந்தது. அவர்கள் என்னை அறையின் நடுவே இழுத்துச்சென்றனர். என்னை அடித்தார்கள், அடித்தார்கள், அடித்துக்கொண்டே இருந்தார்கள். மீண்டும் மீண்டும். அவர்கள் பக்கமாக இழுத்தார்கள்; என்னை அறையின் குறுக்காகத் தள்ளினார்கள். சுவரில்போய் முட்டினேன். என்னை அவன் மீண்டும் தரதரவென இழுத்து, குனிந்து, இடுப்பைப் பிடித்துத் தூக்கினான். சிரித்துக்கொண்டே ஒரு பழந்துணியைப்போல என்னை விட்டெறிந்தான்.

நீங்கள் எவ்வளவு தண்டால், பஸ்கி எடுத்தாலும் தடியடியின் வலியிலிருந்து உங்களைக் காத்துக்கொள்ள முடியாது.

தேசி

பெண்களும் திரைப்படமும் குறித்த ஒரு பழைய புத்தகத்தில் மெர்சிடிஸ் பற்றிய ஒரு குறிப்பை நான் பார்த்திருந்தேன். அவளின் திரைப்படங்களை இணையத்தில் தேடினேன். அதில் எதுவுமே இல்லை. அது கற்பனையான தென்னமெரிக்க நாடொன்றில் மக்கள் படும் மிகமோசமான அவஸ்தைகளைப் பற்றிய படம். எனக்கு வரலாறு அதிகம் தெரியாது. நான் படித்த காலகட்டத்தில் வரலாற்றையும் இலக்கணத்தையும் பாடத்திட்டத்திலிருந்து எடுத்துவிட்டார்கள். இத்தாலிய மொழியோ பிரெஞ்சோ நமக்குத் தெரியாதென்றால் இலக்கணமும் தெரியாது. என்றாலும், அந்தக் குண்டர்கள் செய்வதெல்லாம் சட்டத்துக்குப் புறம்பானவை என்பது தெரிந்திருந்தது. அப்படியே இருந்தாலும் அவர்கள் எது சட்டப்படி சரியானது, எது சட்டத்துக்குப் புறம்பானது என்பதைத் திருத்தி எழுதியதால், எதை வேண்டுமானாலும் செய்யலாம் என்றாகிவிட்டது. ஜார்ஜ் புஷ்ஷும் ஜான் ஹோவர்டும் கைகோர்த்து நட்புக் கொண்டாடியபோது அது தெரிந்துவிட்டது.

ஏன் சில நாட்கள் மட்டும் பேரழிவைக் கொண்டுவருகிறது என்பது புதிராகத்தான் இருக்கிறது. செப்டம்பர் 11 உலகத்தைப் பிரிக்கும் ரேகையை இடம் மாற்றிய நாள். அமெரிக்காவுக்கு ஓர் எதிரி தேவைப்பட்டான், இப்போது அது கிடைத்துவிட்டது. சிலி மக்களுக்கு 1973இல் அதே நாள் அதேபோல மோசமானதொரு நாள். முற்போக்கான ஜனாதிபதி சல்வடோர் ஆலண்டே கொல்லப்பட்டார்; அவரது ஆதரவாளர்கள் சுற்றிவளைக்கப்பட்டார்கள். அவர்களில் சிலர் விளையாட்டு மைதானத்துக்குக் கொண்டுசெல்லப்பட்டுச் சுட்டுக்கொல்லப்பட்டார்கள். அதே மைதானத்தில் அவர்கள் பாடகர் விக்டர் ஜாராவின் கைகளையும் விரல்களையும் முறித்தார்கள், அவர் இனி கிடார் வாசிக்கக் கூடாது என்பதற்காக. ஆனால் அவர் பாடிக்கொண்டே இருந்தார்,

அவர்கள் அவரைச் சுட்டுவீழ்த்தும் வரையிலும். புதிய அரசாங்கத்தில் என்ன நடக்கும் என்பதற்கு இது ஒரு முன்னெச்சரிக்கையாக இருந்தது. இன்னும் பலர் கைதுசெய்யப்பட்டு, சாகும்வரை அல்லது முக்கியமானவர்களின் பெயர்களைச் சொல்லும்வரை சித்திரவதை செய்யப்பட்டார்கள். சிலர் உயிர் தப்பினர்; பலருக்கு அது நடக்கவில்லை. அர்ஜெண்டினாவின் ஜுண்டாகளைப்போல அவர்கள் நடந்துகொண்டார்கள்; சிலரை அவர்கள் விமானத்திலிருந்து தூக்கிவீசினர். அவர்களின் உடல்கூடக் கிடைக்கக் கூடாது என்பதற்காக. அவர்கள் தடுப்புக்காவலில் காணாமல்போனவர்கள் ஆனார்கள்.

நாள் 18

சொல்லத்தெரியாத ஒரு திகிலோடு விழித்தேன். அறை ஜில்லென்றிருக்கிறது. உலகம் கருமைக்கும் சாம்பல் நிறத்துக்கும் விளிம்பில். எதுவும் துலக்கமாக இல்லை. தொழில்பேட்டைப் புகைமூட்டத்தைப்போல. உயிர்த்துடிப்பு இல்லை. மோசம். வாழ்க்கை அழித்தொழிக்கப்பட்டுவிட்டது.

எல்லாம் துரிதகதியில் நடக்கத் துவங்கிவிட்டன. குளிரோடு வருகின்றன இரவுகள்; விடிந்ததும் மீண்டும் காலைநேர வன்முறை. சில நாட்களில் அது அடிகளாக இருக்கும். என் உயிருக்குப் பாதுகாப்புக் கிடையாது என்று என்னை மிரட்டுவர். என்னவோ என்னைக் கைதுசெய்த நாளிலிருந்து அப்படியொன்று எனக்கு இருந்ததைப்போல.

ஹெகூபா ஒரு நாயாக மாறுகிறாள்; பலரும் இதைத் தகுதிக் குறைவு என்று கருதினாலும், நாயின் உருவில்தான் அவளால் போரில் சின்னாபின்னமாகிக்கொண்டிருந்த டிராய் நகரத்திலிருந்து தப்பிச்செல்ல முடிந்தது.

ஹெகூபாவின் வாழ்க்கை பேரிழப்பின் வாழ்க்கைதான்; ஆனால் அவள் ஒரு ஞானியாக இருந்திருக்க வேண்டும். அவளது மகன், தன்னை முக்கியப்படுத்துவதில் மூழ்கிப்போயிருந்த ஹெக்டர், அவள் அச்சிலஸோடு போர் செய்யாதே என்று அவனிடம் எவ்வளவோ எடுத்துச்சொல்லியும் செவிமடுக்கவில்லை. அவளுக்குத் தெரிந்திருந்தது அவன் தோற்றுப்போய் மரணமடைவான் என்பது.

சர்ப்பத்தால் காதுகள் தீண்டப்பட்ட காஸண்ட்ராவுக்கும் அவள்தான் தாய். காஸண்ட்ரா சொன்னதை யாரும் நம்பவில்லை. எது ஆக மோசம்? உண்மைதான் என்று தெரிந்திருந்தும் நம்பாமல் இருப்பதா? சரிதான் என்று தெரிந்திருந்தும் அதை மதிக்காமல் நடப்பதா? தாயைப்போல மகள்.

ஹெகூபா நாயைப்போலக் குரைக்கத் தொடங்கியதாக தாந்தே சொல்கிறார். துயர்பீடித்த பெண்ணின் அலறலுக்குச் செவிகொடுங்கள். அவளின் அலறலிலிருந்து கற்றுக்கொள்ள ஏராளம் இருக்கிறது.

நாள் 21

அவர்களுக்கு அதிகாலைப் பொழுதுதான் பிடித்த பொழுது. விடிந்தும் விடியாத நேரம். பறவைகளின் பாடல்கள் ஒலிப்பதற்கு முன்னால். நான் கைதுசெய்யப்பட்ட நாளிலும் இப்படித்தான். கதவை இடிக்கும் சத்தம் கேட்டு எழுகிறேன்; மறுவிநாடியே கதவை உடைத்துக்கொண்டு அவர்கள் உள்ளே வந்தாயிற்று. படுக்கையறைக்கு வந்து என்னைப் படுக்கையிலிருந்து இழுத்துச்செல்கிறார்கள். அவர்களின் கருத்தத் தலைமறைப்பையும் துணிமூடிய வாயையும்தான் என்னால் பார்க்க முடிந்தது. புத்தக அலமாரியின் அருகே ஒரு கணம் நிதானித்து, அதிலிருந்து புத்தகங்களைக் கீழிழுத்துப் போடுகிறார்கள். கையில் கிடைத்ததையல்ல. டாலி, த்வர்கின், விட்டிக்... இவர்களை. நான் அவர்களிடமிருந்து என்னை விடுவித்துக்கொள்ள முயன்றேன், தவறுதலாக என்னைப் பிடித்துக்கொண்டு போகிறார்கள் என்று எண்ணிக்கொண்டு. நிச்சயமாக காரணத்தோடு வந்திருக்கமாட்டார்கள் என்று எண்ணினேன். ஆனால் அவர்கள் காரணத்தோடுதான் வந்திருந்தார்கள் என்பதை என் கன்னத்தில் ஏதோ அழுத்தும் போது உணர்ந்தேன். அது துப்பாக்கியாக இருக்குமென்று எனக்குப் பட்டதும் எனக்குள்ளே புரட்டிப்போட்டது. சாவுக்கு இனி எவ்வளவு தூரம்? என் தலையில் துப்பாக்கி இருக்கிறது, அது குறைந்த நேரத்தில் நடந்துவிடுமா?

தேசி

இரண்டாம் உலகப் போருக்கு முன்பு யாரோ ஒருவர் மாபெரும் சுற்றுப்பயணத்தை மேற்கொண்டிருந்ததுபோலத் தெரிகிறது. அது ஆலியாகத்தான் இருக்க வேண்டும். அவர் சுவிட்சர்லாந்திலிருந்து அவசரவசரமாகத் தப்பி, ஜெர்மானியர்கள் முதல் கப்பலை மூழ்கடிப்பதற்கு முன்னால் அமெரிக்காவை அடைந்துவிட்டார் என்று கேள்விப்பட்டது நினைவுக்கு வருகிறது. கேத், சான்பிரான்சிஸ்கோ, பாரிஸ், லண்டன் 38 என்று எழுதியிருக்கிறார். 1939ஆம் வருடத்தைச் சொல்லுகிறார். அவர் ஏன் கிரீசுக்குப் போகவில்லை?

மெர்சிடிஸ், நீயும் நானும் இந்தியாவில் பயணம் செய்யும்போது, இயற்பியல் பற்றியும் பல்லுலகங்கள் பற்றியும் இந்துக்கள் பல்லாயிரம் வருடங்களுக்கு முன்பே இதை யோசித்திருந்தது பற்றியும் பேசிக்கொண்டிருந்தது உனக்கு நினைவிருக்கிறதா? இங்கு எனக்கு யோசித்துப்பார்க்க ஏராளம் நேரம் கிடைப்பதால், நாம் சென்ற இடங்கள், பாலைவனங்களின் மௌனங்கள், நகரங்களின் கலகலப்புகள் சலசலப்புகள், நீண்ட இரவுகளில் கேட்டபடியிருக்கும் விலங்குகளின் கூக்குரல்கள் இவற்றையெல்லாம் மீண்டும் நான் அனுபவித்துப்பார்க்கிறேன். ஆனால் அந்த நாள் ஏதோவொரு விதத்தில் பிரகாசமான நாளாகத் தனித்து நின்றுகொண்டிருக்கிறது. நாம் ஒரு நதிக்கரையில் அமர்ந்திருந்தோம், சூரியன் அஸ்தமனமாகிக்கொண்டிருந்தான், பழங்காலப் போர்ச்சுக்கீசியப் பாணித் தோணி ஒன்று நதியில் சென்றுகொண்டிருந்தது. என் அப்பா அதற்கு ஒருநாள் முன்புதான் இறந்துபோயிருந்தார்; அன்று அவரது பிறந்த நாள்; அதனால் என் மனம் பெரிய பெரிய விஷயங்களை யோசித்துக்கொண்டிருந்தது.

"எத்தனைப் பிரபஞ்சங்கள் இருக்கின்றன என்று நீ நினைக்கிறாய்?" நான் கேட்டேன்.

"ஐந்து" என்று பதில் தந்தாய்.

"பதினொன்று என்று நான் கேள்விப்பட்டேன்."

"கேட்பதையெல்லாம் எப்போதும் நீ நம்பிவிடுவாயா"

"மாட்டேன். ஆனால்..."

"உன்னைச் சுற்றிப் பார்" என்றவள், "எப்படி அவ்வளவு இருக்கமுடியும்?" என்று கேட்டாய்.

"சொன்னவர்கள் இயற்பியலாளர்கள் மட்டுமல்ல" விட்டுக்கொடுக்காமல் சொன்னேன், "இந்துத் தத்துவம் சொல்வதும் கிட்டத்தட்ட இதைத்தான். இணையான பல உலகங்கள் இருக்கின்றன, சில நேரங்களில் அவை மாட்டிரிக்ஸ்களைப்போல ஒன்றையொன்று சந்தித்துக் கொள்கின்றன. எல்லாம் நம் கற்பனை எப்படியிருக்கிறது

சொல்லக் கூடாத உறவுகள்

என்பதைப் பொறுத்து இருக்கிறது. அது சாத்தியமே இல்லை என்றிருக்குமானால் அதைப்பற்றி எப்படி நம்மால் சிந்திக்க முடியும்?"

"ஆனால், எளிமையாக யோசித்தால் வேறுமாதிரித்தான் தோன்றுகிறது."

"உண்மையில் இந்தியர்கள் இன்னமும் மேலே போனார்கள். அவர்கள் எண்ணிலடங்காத பிரபஞ்சங்கள் இருப்பதாகக் கணக்கிட்டிருக்கிறார்கள். கடவுள்கள் பெருகிகொண்டே இருக்கிறார்கள் என்ற சிந்தனையிலிருந்து இது பிறந்திருக்கலாம் என்று எனக்குப் படுகிறது. ஒவ்வொரு கடவுளுக்கும் அவர்களுக்கேயான ஒரு சின்னஞ்சிறிய பிரபஞ்சம். மனிதர்களைப் பொறுத்தவரையில், அவரவருக்கு அவரவரே கடவுள்."

நான் இந்தியத் தத்துவத்தைப் படித்துக்கொண்டிருந்தேன்; அறிய அறிய நான் பரவசத்தில் ஆழ்ந்தேன். துக்கம் கலந்த பரவசம். ஆனால் இப்போது, அதற்கெல்லாம் ஏதோ பொருள் இருக்கலாம் என்று எனக்குத் தோன்றுகிறது. இங்கே நான் கழிக்கும் ஒவ்வொரு நாளும், எனக்கு வலி, எங்குமில்லாத மற்றொரு பிரபஞ்சம் இருக்கும் என்று நான் நம்புவேன். மெர்சிடிஸ் பாதுகாப்பாக இருக்கும் ஒரு பிரபஞ்சம் இருக்கிறது என்று நான் நம்புகிறேன். என்னையே கேட்டுக்கொள்கிறேன், இந்த உலகத்திற்கு நான் எப்படி வந்துசேர்ந்தேன்?

மெர்சிடிஸ், நீதான் எனது எம் – தியரி, எல்லாவற்றையும் பற்றிய கோட்பாடு.

ஓடிக்கொண்டிருக்கும் இந்திய நதியைப் பார்க்கிறேன், ஓர் இழையென ஓடிக்கொண்டிருக்கும் அதன் நீர், அதன்மேல் வலிமையோடு பரந்திருக்கும் ஒளி. அந்த ஓட்டத்தில் என்னை ஆழ்த்திக்கொள்ளவும், என்கைகள் நீரின் மேற்பரப்பைக் குலைத்தாலும் அந்தப் பலவண்ண ஒளிப்பரப்பில் மிதந்தபடியே நீச்சலடிக்கவும் வேண்டும்; நான் விரும்பியதெல்லாம் இதுதான்.

நாள் 21

நெமோசின் என்னைத் துரத்திய நாட்கள் இருக்கத் தான் செய்தன. அவள் என்னைச் சுற்றிச்சுற்றி வருவதை நிறுத்த வேண்டும் என்று நான் விரும்பினேன். இந்தச் சிறைவாசத்தில் அவர்கள் முடிவேயில்லாமல் மீண்டும் மீண்டும் சித்திரவதைகள் செய்துவருவது என்னை இரவுநேரங்களில் பீதியோடு விழிக்கச் செய்யும். என் மேனியில் உள்ள காயங்கள் ஆறிவிடலாம்; ஆனால் எண்ணங்களாக மறையுருவில் இருக்கும் ஆறா வடுக்கள் நிறைந்த வெறுமை என் மனதில் எப்போதுமிருக்கும். நான் சிதறியுடைந்துகொண்டிருக்கிறேன். நான் அவர்கள் வெட்டவும் பிடுங்கவுமான வெறும் சதை, எலும்பு, முடி, தோல்தான். மென்மை என்பதற்கு இங்கு இடமில்லை. இருப்பதெல்லாம், வலி வலி; ஒரு பிரம்மாண்ட வெண் அமைதி.

எனக்கு இருபது வயதிருக்கும்போது மரணம் என்னைச் சுற்றிவளைத்தது. சட்டென்று, திருப்பமொன்றில் ஓர் அந்நியனை முட்டிக்கொள்வதுபோல. அவள் யாரென்று எனக்குத் தெரியாது; நான் அவள் வசமானேன். மூன்று நாட்கள் அவள் என்னைக் கையில் வைத்திருந்தாள்; எனக்கு அச்சமாக இல்லை; குழப்பமாகத்தான் இருந்தது. எனக்கு இப்போது எதுவும் நினைவில் இல்லை. அவள் வந்துபோய் நெடுங்காலமாகிவிட்டது; ஆனால், சிலமாதங்களுக்கு முன்பு அவள் மீண்டும் வந்தாள். என் பின்னால் சத்தமிடாமல் ஊர்ந்துவந்து, "வா, நாம் ஒருவரையொருவர் இன்னும் கொஞ்சம் நன்றாகப் புரிந்துகொள்வோம்" என்றாள். எனவே நான் போனேன். மரணத்திடம் வரமாட்டேன் என்று சொல்லலாம்; ஆனால் இந்த அழைப்பை என்னால் மறுக்க முடியவில்லை. எனவே, நாங்கள் சேர்ந்து உட்கார்ந்து காபி குடித்தோம், அதன்பிறகு விஸ்கி. அதன்பிறகு கபே வாசலில் பழைய நண்பர்களைப்போல விடைபெற்றுக்கொண்டோம்.

நாள் 21

அன்று அவர்கள் துப்பாக்கியைப் பயன்படுத்தினர். வேட்டு எனக்குக் கேட்டது. யாரைத்தான் சுட்டார்கள் அவர்கள்?

நாம் நமது பாதாள உலகத்தில் களித்தோம் காதல் செய்தோம், பேசினோம், ஆடினோம். நமது உலகம் கண்ணுக்குப் புலப்படாதது. பிறர் அதைப் பார்க்காமல் கடந்துபோய்விடுவார்கள். நான் எப்போதாவது போகும் பார் ஒன்றிருந்தது. தார்தாரஸ் அதன் பெயர். அதன் வாசல் மிகச் சிறியது, ஒரு சந்துவழியின் இடுக்கில் இருந்தது. நீங்கள் அங்கு செல்லும்போது மெல்லிய குரலில் சுண்டியிழுக்கும் ஏதோ பாட்டு எப்போதும் ஒலித்தபடியிருக்கும். நம் கைகால்களைத் தானாகவே தளர்த்திவிடும் ஆசைமிகுந்த பாட்டு. மது இனிமையாகவும் வலிமையாகவும் இருக்கும். ஒருவிதமான அமிழ்தம்; தேவர்கள் அருந்துவது.

மெர்சிடிசும் நானும் அங்கு சென்று நடனமாடுவோம். சுற்றிச்சுற்றி ஆடும்போது எங்களுக்கு வியர்க்கும். மெர்சிடிஸ் ஆடுவதைப் பார்த்துத்தான் நான் அவள்மீது காதல் வயப்பட்டேன். அவளோடு இருக்கும்போது, அவள் செய்வதுபோலச் சுழல்வேன், ஆடுவேன், தாளத்துக்கு இசைவாகக் கால்களைத் தட்டுவேன். அவள் ஒரு தேவதையைப்போல ஆடுவாள். வெறும் தேவதையல்ல; இங்கிதம் உள்ள தேவதை. அப்புறம் அந்த டாங்கோ இசை; டாங்கோ இசைக்கு ஆடாதவள் வாழ்க்கை வாழ்க்கையே இல்லை. ரம்பா, சம்பா இருக்கத்தான் செய்கின்றன, அவையும் மோசமில்லை; ஆனால் உங்கள் காதலியின் கரங்களில் டாங்கோ நடனமாடியபடி... அது வேறொரு சொர்க்கம்.

"நீ எங்கே இதைக் கற்றுக்கொண்டாய்?" என்று கேட்டேன்.

"நான் எங்கேயும் கற்றுக்கொள்ளவில்லை" என்றாள் மெர்சிடிஸ். "நான் ஆட்டத்தோடு பிறந்தவள். நாங்கள் எல்லோருமே குவைக்கா நடனம் கற்றாக வேண்டும். ஆனால் வெள்ளைக் கைக்குட்டையை ஆட்டியாட்டி எனக்குப் போதும் போதும் என்றாகிவிட்டது. டாங்கோ எனக்கு நல்லபடியாகப் பொருந்திவந்தது. நடக்கப் பயிலும்போதே நான் இதையும் கற்றுக்கொண்டிருந்திருக்க வேண்டும். எனக்கு என்ன செய்ய வேண்டும் என்ன செய்யக் கூடாது என்பது எப்போதும் தெரிந்திருந்தது. குழந்தைகளாக இருக்கும்போதே நாங்கள் ஆடிக்கொண்டே இருப்போம். இதெல்லாம் விஷயங்கள் மோசமாகப் போவதற்கு முன்னால்."

"அப்படி என்ன விஷயம் மோசமாக போயிற்று?"

"எல்லாம்தான். அரசியல். பொருளாதாரம். பண்ணை விவசாயம். அதன் பிறகு எங்கும் ஒரே பீதி."

"இதெல்லாம் எங்கே நடந்தது?"

"ஓ அது வேறு நாடு; வேறொரு காலம்." என்னைப் பார்த்து அவள் கேட்டாள், "உனக்கு டாங்கோ கற்றுக்கொள்ள வேண்டுமா?"

"இதையெல்லாம் நீ கேட்க வேண்டுமா?" நான் அவள் கரங்களில் நழுவினேன்; வேறொரு உலகத்து அழைத்துச்செல்லப்பட்டேன்.

அப்புறம் அவள் பொறுப்பாகச் சொல்லித்தரத் துவங்கிவிட்டாள்.

"சரி. உன் கை இங்கே, என் கை இங்கே. கால்களைப் பற்றி ரொம்ப அலட்டிக்கொள்ள வேண்டாம். என் இடுப்பு அசைவைப் பார்த்துத் தொடர்ந்து வா போதும்."

நான் என் கால்களைப் பார்த்தேன்.

"கீழே பார்க்கவே பார்க்காதே. டாங்கோவில் கீழேயே பார்க்கக்கூடாது. உன் கண்கள் ஆட்டத்தில் இல்லையென்றால், நீயும் இல்லை; நீ கற்றுக்கொள்ளவே மாட்டாய்."

இப்படியாக அந்த இரவு போனது, நாங்கள் பரஸ்பரம் ஒருவரின் வாழ்வில் மற்றவர் நடனமிட்டோம்.

நாள் 23

இன்று துப்பாக்கி மீண்டும் காட்சியளித்தது. இதுவரை அவர்கள் அவமானப்படுத்துவது, அடித்துத் துன்புறுத்தி எனக்கு வலியை உண்டாக்குவது இவற்றில்தான் மும்முரமாக இருந்தார்கள். இந்த ஒன்றை இதுவரை நான் எதிர்கொண்டதில்லை. அவனது குரல் வித்தியாசமாக இருந்தது. நாகரிகமான குரல். வெல்வெட்டைப்போல மென்மை. கவனம் மிகுந்த தொனி. எப்படிப் பேசுவது என்று பாடம் படித்துத் தேர்ந்து வந்திருக்கிறானா? என்னைச் சுற்றி நடந்தான். மெதுவாக. உன் அதிகாரத்தைக் காட்ட வேண்டுமானால், நீ நீண்ட அடிபோட்டு மெல்ல நடக்க வேண்டும் என்று சொல்லியிருந்தார் இயக்குநர். எனது முதல் மேடையேற்றத்தில் ஒரு அர்ஜெண்டினிய போலிஸ்காரனாக நான் நடிக்க வேண்டிவந்தது. எனக்குக் கஷ்டமாக இருந்தது. அர்ஜெண்டினாவின் வரலாறு தெரிந்திருந்ததால் நான் சங்கடமாக உணர்ந்தேன். ஆனால் மேடையேறியதும், பார்வையாளர்கள் எங்களிடம் நிறைய எதிர்பார்க்கிறார்கள் என்பது தெரிந்தபோது நான் அதை அனுபவித்துச் செய்யத் தொடங்கினேன். திறந்தவெளி அரங்கில் மழை பொழிந்தபடி இருக்க அந்தத் துவக்க இரவில் ஒருவழியாக நான் அந்தப் பாத்திரத்தை ஏற்று நடித்தேன். மிகையான பாவனையுடன், வயிற்று முன்பகுதியைத் துருத்திக்கொண்டு செருக்காக நடந்தேன். பின்னர் அதை நினைத்துச் சிரித்தேன். இதோ இங்கே இவன், என்னைச் சுற்றி நடந்துகொண்டிருக்கிறான் நீண்ட அடியெடுத்து மெல்ல, ஒரு நடிகன் செய்வதைப்போல. யாருக்கு யார் உடந்தை. எனக்கு அவனா? அவனுக்கு நானா? அவனையும் என்னையும் பிரிக்கும் கோடு எங்கேயிருக்கிறது? எப்போது நடிப்பு நின்றுபோய்க் கடமை தலைதூக்கும்? அவன் குரல் என்னை வருடுகிறது. உன் வருடல் எல்லாம் எனக்கு வேண்டாம். போ இங்கிருந்து, போய்விடு. மீண்டும் மீண்டும் இதுவே வந்துகொண்டிருக்கிறது. ஆனால் அவன் போகவில்லை. அவன் போகவும் மாட்டான். அவன் குரலைக் கேட்காதே.

வேறு ஏதாவது யோசிக்க முயற்சி செய். அவன் நின்றுவிடுகிறான். என்மீது சாய்கிறான். காதில் கிசுகிசுக்கிறான். உனக்கு என்ன வேண்டும் என்று எனக்குத் தெரியும் என்கிறான். என் மனம் பின்வாங்குகிறது. பயத்தில் முயலைப்போல ஒடுங்குகிறேன். அவன் முஷ்டியால் என் பக்கவாட்டில் ஓங்கி குத்துவிடுகிறான், திகைத்துப்போகிறேன், எதிர்பாராத அதிர்ச்சியில் அலறுகிறேன். கட்டுப்படுத்த முடியாமல் நான் தேம்பிக்கொண்டிருக்கும்போது அவன் என்னை வென்றெடுக்கப் பார்க்கிறான். அவனுக்கு என்னிடமிருந்து எதுவும் வேண்டாம். அது எனக்குத் தெரிகிறது. புரியாத ஒன்றைப்பற்றிய ஏதோ அச்சம் ஏதாவது ஓர் இழை கிடைத்துவிடாதா என்று தேடுகிறது. நம்பிக்கைத் தராத நம்பிக்கை.

ஒரு சொடுக்குச் சத்தம் கேட்கிறது. ஒரு மணிநேரத்தில் பலகோடி மைல்கள் வேகத்தில் சிந்திக்கிறேன் நான். நரம்புமண்டலத்தில் பல சமிக்ஞைகள், அந்த ஓசை துப்பாக்கி விசையின் ஓசையாக இருக்கலாம் என்ற எண்ணம்தோன்றாமலிருப்பதற்காகஒன்றுடன் ஒன்றுமோதிக்கொள்கின்றன. ஒரு மனிதன் துப்பாக்கி வைத்துக்கொண்டு நடிக்கிறான். சினிமாக்களில் இப்படித்தானே வருகிறது. இந்த ஓசை எல்லாருக்கும் தெரிந்ததுதான். நான் இறக்க விரும்பவில்லை. எனக்குத் துப்பாக்கி விசையின் ஓசை தெரியும். கிளின்ட் ஈஸ்ட்வுட். அதிரடிக் கதாநாயகன். சட்டம் ஒழுங்கு. ஆண்மை. நீயா நானா சண்டை. கௌபாய் பாணி. உணர்ச்சிகளுக்கு வறட்சி. இதற்கு இன்னொரு பகுதியும் உண்டு, சொல்லப்படாத ஒரு கதை. அமெரிக்கப் பூர்வகுடிகளின் தரப்புக் கதை. வன்புணர்ச்சிக்கு ஆளான பெண்கள். சட்டம் ஒழுங்கு. ஆண்மை.

தேசி

இதைப் பற்றி நான் ஏன் முன்னமே யோசிக்கவில்லை. மெர்சிடிஸின் திரைப்படம் ஒன்றை ஆன்லைனில் பார்த்துக் கொண்டிருந்தேன். பரிச்சயமான ஒரு முகம் கண்ணில் பட்டதுபோலத் தோன்றியது எனக்கு. படத்தை நிறுத்தி, பெரிதாக்கி ஃப்ரேம் ஃப்ரேமாக பின்னால் போனேன். அதோ அவர். கேத் படத்தில் இருக்கிறார். அவர்கள் யாரையும் விடவில்லை. தோழிகள், உறவுகள், காதலிகள். அதுவும் குறிப்பாக அவர்களுக்கு நடிப்புப் பின்னணி இருக்குமானால். தலைசுற்றும் கதையோட்டத்திலிருந்து அந்தக் காட்சி ரொம்ப ஒன்றும் விலகியில்லை என்று படுகிறது.

தேசி

அன்னா என்னை விமான நிலையத்துக்கு வண்டியில் கூட்டிச் சென்றாள்; என்னைக் கவனமாக இருக்கும்படி சொன்னாள். இதுவரை அவள் எனக்களித்திராத நீண்ட கட்டியணைப்பைத் தந்தாள். நான் புயனஸ் ஏரீஸுக்கான விமானத்தில் இருக்கிறேன். என் முதல் இறக்கம் அது (சாண்டியாகோ விமான நிலையத்தில் விமானம் கொஞ்சம் இறங்கி நிற்கும்). மெர்சிடிசின் குடும்பம் சிலியிலிருக்க நான் எதற்காக அர்ஜெண்டினா போகிறேன் என்று சொல்லத்தெரியவில்லை. டாங்கோ நடனமாடும் நகரத்துக்குப் போக வேண்டும் எனக்கு. என் சூப்பர்வைஸர் மூலமாக அங்கே சில தொடர்புகள் எனக்கு இருக்கின்றன. அவர்கள் என் மோசமான ஸ்பானிஷை மன்னிப்பார்கள் என்று நம்புகிறேன். டாங்கோ பாடல்களைக் கேட்பதற்காக ஒரு இரவு என்னை அழைத்துபோவதாக அவர்கள் வாக்குத் தந்திருந்தார்கள்.

சிலியைத் தாண்டும்போது பென்சில் வடிவிலிருக்கும் அந்நாட்டைப் பார்த்தேன். கீழே உயர்ந்த கூரிய ஆண்டஸ் மலைத்தொடர் வெண்ணிறத்தில் தெரிந்தது. பனியாலும் பாறையாலுமான பெரும் சுவர்கள். சில இடங்களில் கிவிப் பழத்தை மேலே வைத்த பிரமாண்டமான பாவ்லோவா கேக்கைப்போல அது இருந்தது.

அதிபயங்கர இடங்களைப் பார்ப்பதற்கு முன்னால் பண்பாட்டைக் கொஞ்சம் தெரிந்துகொள்வோம் என்று முடிவெடுத்தேன். நான் முதல் அருங்காட்சியகத்தில் ரெமிடியோஸ் வாரோவின் ஒரு சிறிய ஓவியத்தைப் பார்த்தேன். உண்மையிலேயே அது ஒரு தெய்வீகச் சித்திரம். கதவுகளுக்குப் பின்னால் இறக்கையுடன் கூடிய ஒரு கோபுரம். உள்ளே வெளிச்சம். கோபுரத்திற்கு மேலே மூன்று வெண்முத்து வண்ணப் பிறைச் சந்திரன்கள் தலைகீழ் முக்கோண வடிவில். அட்வெண்ட் நாள்காட்டிபோலத்தான் இருந்தது. ஆனால் ஒரே ஒரு ஜோடிக் கதவுகள் மட்டும்தான். ரெமிடியோசுக்கு மிகவும் பிடித்த பறவைகள் எவையும் இதில் இல்லை. அதற்குப் பதிலாக ஒளிநிறைந்த அந்தக் கோபுரம் தங்கநிறப் பிரம்மாண்டச் சிறகுகள் முளைத்துப் பறக்கத் துவங்கியிருந்தது.

நாள் 28

அவன் மீண்டும் நடந்துகொண்டிருக்கிறான். நீண்ட மெல்லடிகள். அவன் என்னோடு விளையாடுகிறான். தலைமறைப்பை எடுத்துவிடட்டுமா என்று கேட்கிறான். என்னால் நன்றாக மூச்சுவிட முடியுமாம், சொல்கிறான். அதை நான் விரும்புகிறேன், ஆனால் இதற்குமேல் அவன் என்னை நெருங்குவதை நான் விரும்பவில்லை. எதற்கும் நான் ஒத்துப் போக விரும்பவில்லை. என் முகத்தைக் கடந்துசெல்கிறான். மூச்சுவிடுகிறான். ஒரு அடி எடுத்துவைக்கிறான். நிற்கிறான். மூச்சுவிடுகிறான். அவனது மென்நடை ஒரு தாளகதியை எடுப்பதுவரையிலும் இப்படியாகத் தொடர்கிறான். அவன் நிற்கிறான், வேறு யாரோ அறையின் குறுக்காக நகர்ந்து என்னை நோக்கி வருகிறார். என் தலைமறைப்பின் கட்டு அவிழ்க்கப்படுகிறது. குளிர்ந்த காற்று உள்ளே நுழைவதை என்னால் உணர முடிகிறது. அத்துடன் வெளிச்சமும். செயற்கை வெளிச்சம். நான் ஆசுவாசப்படுத்திக்கொள்கிறேன். எனது கவசங்களை நெகிழ்த்துகிறேன். சட்டென்று ஏதோ என் வாயில் திணிக்கப்பட்டத்தில் எனக்கு மூச்சுமுட்டுகிறது. கனமாக. உலோகம். மூச்சுத் திணறி என் தொண்டையில் இருந்து வாந்தி வெளியேறுகிறது. நான் போராடுகிறேன்; அடிக்கிறேன். அது நிற்கிறது. வாந்தியெடுத்தபடியே பிரயாசையுடன் மூச்சுவிடுகிறேன். அவர்கள் என்னைப் பக்கவாட்டில் உருட்டுகிறார்கள். அவ்வளவு சீக்கிரமாகச் சாக முடியாது நீ, வேடிக்கை இப்போதுதான் ஆரம்பித்திருக்கிறது என்கிறது வெல்வெட் குரல். அவன் திரும்பி மெல்ல நடந்து மறைகிறான். கதவு சாத்தப்படுகிறது. அறையில் வேறு யாராவது இருக்கிறார்களா என்று உணர முயல்கிறேன். அமைதி. மிகமிக அமைதி. என்னால் கைகளை அசைக்க முடியவில்லை, எனவே தலையை அசைக்கிறேன். என் கன்னங்களில் வாந்தி வழிந்திருப்பதை உணர்கிறேன். என் வாயில் துப்பாக்கியை வைத்து அழுத்தியபோது எனக்கிருந்த மனவுணர்ச்சியை உணர்கிறேன். என்னை அச்சுறுத்திப் பார்ப்பதில் அவனுக்கு இருந்த மனக்கிளர்ச்சியை. அதிகாரத்தைச் சுவைப்பதில் அவனுக்கிருந்த மகிழ்ச்சியை. ஒரு முரட்டுத் துப்பாக்கி – அது அதிகாரத்தின் குறியீடு.

தேசி

எஸ்குவேலா தெ மெக்கானிக்கா தெ லெ ஆர்மடாவை *ESMA* என்றால் எல்லோருக்கும் தெரிந்திருக்கும். அந்தப் பெயர் நம்மைத் திசை திருப்புவது. எஸ்குவேலா என்ற வார்த்தையைப் பார்த்ததும் பள்ளி, அதாவது கற்றலுக்கான இடம் என்று நினைத்துக்கொள்வோம். மெக்கானிக்கா என்பது அரை நூற்றாண்டுக்கு முன்னால் ஆஸ்திரேலியாவின் நகரங்கள் பலவற்றில் இருந்த மெக்கானிக்ஸ் இன்ஸ்டிட்யூட்களை எனக்கு நினைவூட்டுகிறது. ஆர்மடா, சர் பிரான்ஸிஸ் டிரேக்கையும் போருக்கு அணிவகுத்த கப்பல்களையும் எனக்கு நினைவூட்டுகிறது. **எஸ்மா**வில் நடந்த போர்கள் வேறு வகையைச் சேர்ந்தவை.

இந்த எஸ்குவேலா, சித்திரவதையின் மறுபெயர். பெண்களையும் ஆண்களையும் கைகால்களை முறித்து அவர்களைச் செயலிழக்கச் செய்யும் இடம். சிலர் தங்களைக் காட்டிக்கொடுக்கும் நிலைக்குத் கட்டாயப் படுத்தப்படுகிறார்கள்; மற்றவர்கள் மிகவும் அவமானகரமான வழிகளில். காவலர்கள் பெண் கைதிகளை நடனத்துக்குப் போகலாம் என்று அழைப்பார்கள், மறுநாள் அவர்களை அடைத்துவைத்துச் சித்திரவதைச் செய்வார்கள். ஒரு பெண்ணின் கணவன் கொல்லப்பட்டான்; ஆனால் அவர்களோடு கொஞ்சிக் குலாவுவதற்காக அவளை வெளியே கூட்டிச்சென்றனர். இது ஒரு உணர்ச்சிக் கேளிக்கை. கணவன் கொல்லப்பட்ட இரவே நீ நேர்த்தியான உடையணிந்த ஆண்களோடு வெளியே சுற்றுவதைப் பார்த்தேனே என்று யாராவது உன்னிடம் பின்னர் சொன்னால், என்னவிதமான திரிக்கப்பட்ட யதார்த்தத்தில் நீ வாழ்கிறாய் என்பது தெரிகிறதல்லவா?

பயங்கர வலி. இங்கே தாழ்ந்த ஒரு உத்தரம் இருக்கிறது. குனிந்து போனால்தான் தலைதட்டாமல் போக முடியும், ஆனால் காவலர்கள் தலைமறைப்புப் போட்ட கைதிகளை அந்த வழியாகத்தான் அழைத்துச் செல்வார்கள்; ஒவ்வொருவரின் தலையும் அதில் இடிக்க வேண்டுமென்ற நோக்கத்தோடு.

இவையெல்லாம் மனத்தைரியத்தைக் குலைப்பதற்கான வேலைகள். இருமுறை கொல்லப்பட்ட கர்ப்பிணிப் பெண்களைப் பற்றிய கதைகள் இருக்கின்றன. இவற்றையெல்லாம் புரிந்துகொள்வதில் எனக்குச் சிரமமிருக்கிறது. அந்தப் பெண்களைக் கைதுசெய்து வந்து உயிர்போய்விடாமல் சித்திரவதை செய்வார்கள். இப்போது சாகக்கூடாது. அவர்கள் பெற்றவுடன் குழந்தையை எடுத்துக்கொண்டு போவார்கள்; இனி அவளை இரண்டாம் முறை சாகடிப்பார்கள். சில நேரங்களில் எல்லாவிதமான சித்திரவதைகளாலும்; சிலநேரங்களில் அவளுக்கு மயக்கமருந்து கொடுத்து **எஸ்மா**விலிருந்து அகற்றி விமானங்களில் பறத்திக்கொண்டுபோய், அவளுக்கு நினைவு திரும்பியதும் விமானத்தின் கதவுகளைத் திறந்து அவளைக் கடலுக்குள் தள்ளுவார்கள். இதற்கு அவர்கள் இட்டுள்ள பெயர்: இடப்பெயர்ச்சி.

யாரும் தப்பமுடியாது. சிலர் நாடுவிட்டுச் சென்றுவிடுவார்கள்; நாடுவிட்டுச்சென்றால் தப்பலாம்தான், ஆனால் குற்றவுணர்வு பீடித்தபடி யிருக்கும். அதுபோலவே உள்நாட்டில் ஒளிந்திருப்பதும். பலர் இதயமும் உடலும் குலைந்துபோய், நரம்புகள் வெடித்து இறந்துபோயிருக்கிறார்கள். ஆக, என்ன நடந்தது என்று பின்னர் நடக்கும் விசாரணைகளில் சொல்வதற்கு மிகச் சொற்பமானவர்களே எஞ்சுவார்கள். அப்படி நடக்கும்போதும் பெண் நீதிபதிகள் இருக்கமாட்டார்கள்; எனவே, சித்திரவதைக்குள்ளான பெண்கள் தங்கள் கதைகளை ஆண்களிடம்தான் சொல்ல வேண்டும். அவர்கள் எல்லாவற்றையும் சொல்லியிருப்பார்களா?

என் உலகம் இழை பிரிந்துகொண்டிருக்கிறது. எனது பறத்தல் இனியும் ஒரு குஞ்சின் பறத்தல் அல்ல. நான் இப்போது கீழே விழுந்துகொண்டிருக்கிறேன். ஒவ்வொருமுறை நான் யோசிக்கும்போதும், ஒவ்வொருமுறை நான் யோசிக்க முயலும்போதும், ஒரு சுவரில் போய் முட்டுகிறேன். வெற்றுச் சுவர். வெறுமை என்னைச் சூழ்ந்துகொள்கிறது. ஒரு மூடுபனி. எல்லைகள் இடம் மாறிவிட்டன. எனக்கும் அவர்களுக்கும் இடையேயான எல்லைகள். அவர்கள் அந்த எல்லைகளை அத்துமீறிவிட்டார்கள். என்னிடம் அவர்கள் அத்துமீறினார்கள். என்வழியே – அவர்களுக்கே தெரியும் – குறியீடாக இந்த உலகத்திலுள்ள ஒவ்வொரு லெஸ்பியனிடமும் அத்துமீறினார்கள். யாராவது இதைப்பற்றிப் பேசுவார்களா? நான் பேசப்போகிறேன். நிச்சயமாக.

ஒரு கேலிச்சித்திரம்: என் அம்மா என்னை லெஸ்பியனாக ஆக்கினாள். பதில் கேள்வி: நான் அவளுக்குக் கம்பளிநூல் கொடுத்தால், என்னையும் அப்படி ஆக்கித் தருவாளா, ஒரு தாய் பின்னியபடி அமர்ந்திருக்கிறாள். இங்கே தலைகீழ் உருவாக்கம். இங்கே அவர்கள் எங்களை இல்-ஆக்கம் செய்கிறார்கள். அவர்கள் நூலைப் பிடித்து இழுக்கத் தொடங்குகிறார்கள். அவர்கள் இழுக்க இழுக்க நாங்கள் பிரிந்துகொண்டே போகிறோம். பின்னிச்செய்த லெஸ்பியன், பிரிந்துகொண்டிருக்கும் தையல்போல மெல்லியவள். பூத்தையலோ அல்லது சாதாரணத் தையலோ. இரட்டைத் தையலோ அல்லது முறுக்குத் தையலோ. ஏறியத் தையலோ அல்லது அரிசித் தையலோ. இடைவெளி சீரான தையலோ அல்லது கூடைத் தையலோ. பெண்களால் பின்னப்பட்ட ஒரு கலாச்சாரம். வடிவங்களால் குறிக்கப்பட்ட வம்சாவழி வரலாறுகள். எங்கள் உலகங்கள் பிரிந்துபோகின்றன. தைக்கப்படாமல்.

எனது உடைகளின் முனைகளிலிருந்து நான் நூல்களைப் பிரித்துக்கொண்டிருக்கிறேன். நான் இந்த இழைகளைப் பின்னிச் சேர்த்தால், என்னால் ஒரு சின்னக் கயிற்றை உருவாக்க முடியும். அப்படி முடியாவிட்டாலும், செய்வதற்கென்று ஏதோ இருக்கிறதே அதுபோதும். அது என் விரல்களுக்கு வேலை தரும். அழித்தொழிக்கும் வட்டப்பாதையில் என் மனது மீண்டும் மீண்டும் சுற்றிச்சுற்றி வருவதைத் தடுக்கும்.

சொல்லக் கூடாத உறவுகள் → 129 ←

நான் இந்த இழைகளைப் பின்னிக்கொண்டே இருந்தால், நோர்ன் பெண் தெய்வங்களைப்போல, மெர்சிடிஸ் மீண்டும் என்னிடம் வந்துசேர்வாளா? யார் இந்த இழைகளை நெய்து எங்கள் வாழ்க்கையைத் தொடரச் செய்வார்? எந்தப் புராதனப் பெண் தெய்வத்தால் அல்லது நவீன பெண் தெய்வத்தால் உதவ முடியும்? யாராவது உதவ முடியுமா? ரெமிடியோசுக்கு இது தெரிந்திருந்தது. அதனால்தான் அவளது ஓவியங்களில் உயர்ந்த மாளிகைகளில் வாழும் பெண்கள், பறவைகளாகக் கற்பனை செய்தோ அல்லது அற்புத விமானங்களில் வானத்தில் பறந்தபடியோ தங்களின் வாழ்க்கையை நெய்துகொள்கிறார்கள்.

தேசி

ஒவ்வொரு நாள் காலையிலும் உணவருந்த நான் தெருவைக் கடந்துபோவேன். நான் என்ன சாப்பிடுவேன் என்பதை நான் சென்றதற்கு இரண்டாவது நாளே தெரிந்து கொண்டுவிட்டார்கள். "எஸ்பிரஸோ யே மிடியாலுனஸ்", நான் கற்றுக்கொண்ட புதிய வார்த்தையைச் சொன்னேன். இந்த மிடியாலுனஸ் – பாதி நிலவுகள் – என்பவை சின்ன சிப்பி வடிவ இனிப்பு கேக்குகள். இத்துடன் ஆரஞ்சுப் பழச்சாறும் கொண்டுவருவார்கள் – நீங்கள் கேட்காவிட்டாலும்.

நான் உட்கார்ந்தபடி பல மணிநேரம் புத்தகம் படித்துக்கொண்டிருப்பேன். யாரும் என்னைச் சலனப்படுத்த மாட்டார்கள். என் வாசிப்புத்தீவிரமாகவும் திகிலூட்டுவதாகவும் இருக்கும். **எஸ்மா**வில் ஜன்னலில் தெரிந்த எல்லா முகங்களையும் பார்க்கிறேன். அவர்கள் வழியாகப் பிரகாசிக்கும் ஒளி. அவர்களின் பெயர்கள் நினைவுகூரப்படுகின்றன. காணாமல் போனவர்கள். புரிந்துகொள்ளவே முடியாதவர்கள்.

படகொன்றில் சென்றுகொண்டிருக்கிறேன். பாய்மரம் அவிழ்த்துவிடப்பட்டுள்ளது. காற்று சரியான திசையில் அடித்துக்கொண்டிருக்கிறது. நிசப்தம். அமைதியல்ல, காற்றில் பாய்மரங்களின் நிசப்தம்; கடல்நீர் படகில் மோதும் நிசப்தம். நான் தீவிலிருந்து அறியப்படாத எங்கோ நோக்கிச் சென்றுகொண்டிருக்கிறேன். எனக்குத் தேவையெல்லாம் இயற்கை மட்டுமே தரக்கூடியவிதமான மன அமைதி. எல்லாவற்றையும் கட்டிவைத்துவிட்டேன்; நான் எண்ணங்களில் ஆழ்வதற்காக. பின்னர் நான் வினைல் இருக்கையில் சாய்ந்துகொண்டு வானத்தைப் பார்க்கிறேன். நீலக் குவிமாடத்தில் அடர்ந்த வெண்மேகங்கள். நான் படகை ஓட்டுகிறேன், கரையிலிருந்து தொலைவாக. படகொன்றில் தன்னந்தனியாக ஒரு பித்தேறி; பித்தேறிதான். எதையும் வித்தியாசமாகச் செய்ய வேண்டும் என்று விரும்புபவள். பாடினியின் உடையணிந்து, ஒரு சிறிய இசைக்கருவியை ஏந்தி, கையில் ஒரு கவிதைக் கொத்துடன் அவள் – அந்தக் கொத்தில் அவ்வப்போது அவள் கவிதைகளைச் சேர்ப்பாள். அவளது பெயர் பீட்ரைஸ்; சில உலகங்களில் அவள் எப்போதும் வாழ்ந்துகொண்டிருப்பாள். இந்த உலகத்தில் அப்படியில்லாமலிருக்கலாம்; ஆனால் புதிய புதிய கவிதைகளை எழுதுவதற்காக அவள் நீண்ட காலம் வாழ்வாள். பாய்மரம் குடைசாய்ந்து அவளை வீழ்த்திவிடாது. சூறாவளி அவளைக் கடலில் மூழ்கடிக்காது. தனிமையில் அவள் வாடப்போவதில்லை; சாகப்போவதுமில்லை. இந்த உலகத்தில் அவள் கடற்கரையிலிருந்து பயணப்பட்டுவிட்டாள். தீவுக்கு அப்பால். விதி தன்னை நடத்திச்செல்ல விட்டுவிட்டாள். சில நாட்கள் நிசப்தத்தில் இருந்துவிட்டு, காலநிலை சாதகமாக இருக்குமானால் அவள் திரும்பிக் கரை வந்தடைவாள். கடல் படகைக் கடற்கரையை நோக்கித் தள்ளுகிறது. திரும்புவதுதான் பாதுகாப்பு என்று எனக்குப் படுகிறது. என் மனதுக்குப் பாதுகாப்பு. நான் படகுத்துறையை நோக்கிச் செல்கிறேன். கட்டுத்தூணில் கயிற்றை வீசி இழுக்கிறேன். ஐஸ்பெட்டி, உணவுப்பெட்டி, சின்ன ஒரு புத்தகக்கட்டு, உலர்த்திய உடைகள் இவற்றை இறக்குகிறேன். கைப்பேசியை உயிர்ப்பித்து

வீட்டுக்கு அழைக்கிறேன். நான் படகை நிறுத்திக் கட்டிவிட்டு, சிறிய படகில் திரும்புவதற்குள் அவள் வந்துசேர்ந்துவிடுவாள். படகுத்துறையில் என்னைப் பார்த்ததுமே பிரியா பாய்ந்துவருவாள். என் முகத்தை, கைகளை நக்குவாள்; பின்னர் உட்கார்ந்துகொண்டு நாளை என்ற ஒன்று கிடையாது என்பதுபோல என் கண்களைப் பார்ப்பாள்.

நாள் 32

பல எல்லைக்கோடுகள் கடக்கப்பட்டுவிட்டன. எனது எல்லைக்கோடு. பிறரது எல்லைக்கோடுகள். அவர்கள் எல்லைக்கோடுகளைச் சிதைத்துவிட்டார்கள்.

நான் சிறையறையில் படுக்கையில் படுத்திருக்கிறேன். படுக்கை என்பது இங்கே சரியான வார்த்தை இல்லை. இங்கே எந்தச் சௌகரியங்களும் கிடையாது. தணியாத கடுமை இங்கே. நேரம் உருண்டுபோய்க்கொண்டே இருக்கிறது; எனக்குச் சிலநேரங்களில் அதுபற்றிய உணர்வே இருப்பதில்லை. குழப்பமாக இருக்கும். ஒருகாலத்தில் எளிமையாக இருந்த கேள்விகளுக்கு இப்போது விடை தேடித் தேடி என் மூளை பைத்தியமாகிவிடுகிறது. நான் எங்கிருக்கிறேன்? இன்று என்ன நாள்? இப்போது எந்தப் பொழுது? அப்புறம், மிகக் கஷ்டமான கேள்விகள். யார் இவர்கள்? யாருக்காக வேலை செய்கிறார்கள்? என்னை இங்கே அழைத்துவந்தது யார்? இது எந்த இடம்? பின்னர் இந்த கேள்விவட்டம் மீண்டும் துவங்கும். சில நேரம் நான் இந்தக் கேள்வியில் போய்விழுவேன், நான் யார்? ஆனால் அது என்னோடு இருக்கும் கேள்வி. என் மூளை என்னைப்பற்றிய யோசனையில் திகைக்கும்போது நான் வேறு எங்காவது சென்றுவிடுவேன். ஞாபகங்களுக்கு. நான் நேசித்த இடங்களுக்கு. யாரும் எனக்குத் துன்பமிழைக்காத கற்பனையான இடங்களுக்கு.

நான் கடவுள் என்றார் அவர். என்மீது தனது மூச்சை விட்டு சொன்னார், "அதை உணரு. இது கடவுளின் மூச்சுக்காற்று. ட்ரூத், அலேதியா, சத்யம்."

தேசி

இந்தப் பக்கம் எங்கோ விழுந்துவிட்டது; எங்கே போயிற்று என்று என்னால் கண்டுபிடிக்க முடியவில்லை. வெல்வெட் குரலைப் பற்றியா எழுதியிருந்தாள்?

தேசி

இன்று பிளாசா தெ மேயோவில் அன்னையர்களுடன் நடந்தேன். அவர்களை எப்போதும் நினைவுறுத்திக் கொண்டிருக்கிறது இந்த இடம். நடைபாதைகளில் வெள்ளைத் தலைக்குட்டையின் படங்கள் இருக்கின்றன. அவை பாட்டிமார்களையும் அன்னையர்களையும் குறிக்கின்றன. ஒவ்வொரு செவ்வாயும் பிற்பகல் *3.30* மணிக்கு, அன்னையர் சுற்றி நடக்கவருகிறார்கள். சிலர் பெஞ்சுகளில் இருப்பார்கள்; மற்றவர்கள் நடப்பார்கள். அவர்களுக்கு வயதாகிவிட்டது என்பது ஒரு பொருட்டே இல்லை. ஒவ்வொரு வாரமும் அவர்கள் வருகிறார்கள்.

குழந்தைகள் களவாடப்பட்டு,இராணுவத்துக்கோ அல்லது அதன் உறவுப் பிரிவுகளுக்கோ கொண்டுசெல்லப்பட்டார்கள். எனக்கு இதுபற்றி ஒன்றும் தெரியாது என்று சொன்னால் கேட்பதற்குப் புதிதாகத் தோன்றாது. இது என்னை வீடு பற்றியும் களவாடப்பட்ட தலைமுறைகள் பற்றியும் யோசிக்கவைக்கிறது.

ஆஸ்திரேலியாவின் களவாடப்பட்ட தலைமுறைகளைப் பற்றிக் கேட்டுவளர்ந்தவள் நான். இந்த விஷயத்தில் என் பெற்றோர்கள் ஏதோ பரவாயில்லை, புரிந்து நடந்து கொள்ளவில்லைதான், ஆனாலும் பரவாயில்லை. ஒன்றிரண்டு முறை ஸாரி டே (மன்னிப்புக் கேட்கும் தினம்) அணிவகுப்பில் கலந்துகொண்டார்கள். அதுவரையிலும் குழந்தைகளைத் திருடுவதும் போர்முறைகளில் ஒன்று என்று எனக்குத் தெரியாது. ஆர்மேனியா போன்ற இடங்களில் இதுபோல விஷயங்கள் நடந்ததுபற்றிக் கேள்விப்பட்டிருக்கிறோம். துருக்கிய ராணுவத்திலிருந்து தப்பிச்செல்லும் குடும்பத்துக் குழந்தைகளைப் பிடுங்கி எடுத்துச்சென்றார்கள். அந்தக் குழந்தைகள் பின்னர் துருக்கியராகத்தான் வளர்ந்தார்கள்; ஆர்மீனியர்களாக அல்ல. ஆனாலும், புயுனோ ஏரீஸ் வரும்வரையிலும் இதை என் சொந்த வாழ்க்கையின்

அம்சங்களோடு நான் இணைத்துப் பார்த்ததே இல்லை. நாம் எப்போதுமே நமது நாட்டில் மோசமானது எதுவும் நடக்காது என்றுதான் நினைக்கிறோம். ஆனால் நடக்கத்தான் செய்கிறது. 1960, 70களில் ஆயிரக்கணக்கான குழந்தைகள் அவர்களின் இளம் தாய்மார்களிடமிருந்து பிரிக்கப்பட்டார்கள். அரசாங்கம் இதை சமூகம் தத்தெடுப்பது என்று அழைத்தது. ஆனால் உண்மையில் அது களவுதான். பல பத்தாண்டுகளாகத் தங்களின் சொந்த வீடுகளிலிருந்து பிரிக்கப்பட்ட பூர்வ குடிக் குழந்தைகளை, இனவெறி அதிகாரவர்க்கத்தால் அவர்களை இழக்கநேர்ந்த அவர்களின் குடும்பங்களைப்பற்றி யோசித்துப்பாருங்கள்; பிறர், அதாவது அகதிகள், சித்திரவதை முகாமைப் போன்ற தடுப்புக்காவலில். எந்தப் பிரதேசத்துக்குப் பொருந்தும், எங்கு பொருந்தாது என்ற விதிமுறைகள்கூட மாற்றப்பட்டன. தீவுகளுக்குக் கட்டளைகள் ஆஸ்திரேலியாவிலிருந்து பறந்தன. ஒருவிதமான பெண்ணுறுப்புச் சிதைப்பு. அடுத்தது என்ன? உறுப்பறுப்பா? இத்துடன் இருக்கவே இருக்கிறது கேத்தின் சிறைவாசம்.

என் சினேகிதிகள் டாங்கோ பாடுவதில் தேர்ந்துவிட்டார்கள். நானென்றால் 80 வயது டாங்கோ பாட்டுப் பாடுவதற்கான வயதா என்று நினைத்திருப்பேன். ஆனால், சுசானா ரினால்டி அப்படி நினைக்கவில்லை. அவர் கோர்வையாகப் பாடல்களைப் பாடிக்கொண்டே இருந்தார்; சில லிரிக்கல்; சில புளூப் பாடல்களின் ஸ்பானிய வகை. பாட்டுகளுக்கு இடையிடையே அவர் பேசவும் செய்தார். அவர் பேசியது புரிந்திருக்கக்கூடாதா என்று தோன்றும். ஆனால் அவர் பாடும்போது நமக்கு மொழிபெயர்ப்பாளர் வேண்டாம். கண்ணெதிரிலே உணர்ச்சிப் பிரவாகம். அருமையான விருந்து!

அது ஒரு பேரழிவுக் காலம். ஒரு போர்க் காலம். யாருமே பாதுகாப்பாக இல்லை. அரசியல் செயல்பாட்டுப் பின்னணிகொண்டோர் பாடு சொல்லவே வேண்டாம். ஒவ்வொருவரும் ஒவ்வொருவிதமாக எதிர்வினையாற்றினார்கள். நான் ஒரு நழுவல் பேர்வழி – எல்லாம் எழுத்தில்தான், மற்றபடி வாயைத் திறக்கமாட்டேன். எனது தோல்வி அதுதான். அதே நேரம் மெர்சிடிஸ் பேசினாள். அவளைச் சந்திப்பவர்கள், சந்தித்து ஐந்து நிமிடத்திற்குள் அவள் என்ன நினைக்கிறாள் என்பதைத் தெரிந்துகொண்டுவிடுவார்கள். அவள் அவசரக்காரியல்ல, ஆனால் நேரடியாகச் சொல்லிவிடுபவள். உறுதியானவள்.

இப்போது அவள் என்னிடம் பேசமாட்டாளா என்றிருக்கிறது எனக்கு. ஆனால் அவள் மௌனமாக இருப்பதிலும்கூட உறுதியானவள்.

நாங்கள் இருவரும் சந்தித்த பிறகு, ஒவ்வொரு நாளும் ஒரு வேனிற்கால நாள்தான். வெம்மையில், வியர்வையில், எங்கள் தோலில் படர்ந்த மெல்லிய ஈரத்தில் சுகித்தோம். இவையெல்லாம் விஷயங்கள் மாறுவதற்கு முன்பு. கொடுங்கனவுகள் கடும் யதார்த்தமாக ஆவதற்கு முன்னால். எந்தக் கனவானாலும், எவ்வளவுதான் அது மோசமாக இருந்தாலும், நான் தாங்கிக்கொண்டிருந்ததைவிட மேல்தான்.

நாங்கள் கிரேட்டுக்குப் பயணம் போனோம். சித்தி, பெரியம்மாக்கள், சித்தப்பா, பெரியப்பாமார் எல்லோரும் வேறு இடங்களுக்குச் சென்றுவிட்டிருந்தார்கள். பாட்டிமார் தாத்தாமார் யாரும் கிடையாது. எல்லோரும் மறைந்து மண்ணுக்குள் போய்விட்டார்கள். எனவே நாங்கள் சுற்றுலாப் பயணிகள்போலப் போனோம். அவ்வப்போது என் குழந்தைப் பருவத்தின் காட்சி வந்து என்மீது பாயும்; ஆனால் ஒரு முழுமையான சித்திரமாக ஆக்குமளவுக்கு எனக்கு அதிகம் தெரியாது.

மெர்சிடிசும் நானும் நோஸோஸ் போனோம். ரொம்பச் சூடு. தெளிந்த நீலவானம், கிட்டத்தட்ட ஆஸ்திரேலியாவைப் போல. சுற்றுலாப்பயணிகள் மொய்த்திருந்த இந்தப் புராதன இடத்தைச் சுற்றி நடக்கும்போது என் நாசிகளில் வறண்ட காற்றுப் புகுந்தது. ஒரு செம்மண் சுவர், ஒரு சிம்மாசனம்,

சுவரில் பறக்கும் அன்னங்களைப்போலத் திமிங்கலங்களின் வரிசை. உண்மையிலேயே அற்புதக் காட்சி. ஜன்னல்களிலும், காற்றுக்கான நடையிலும் குளிர்ந்த காற்று வந்துகொண்டிருக்கிறது. இது ஒரு அரண்மனை, அதன் சூழலுக்குப் பொருத்தமாகக் கட்டப்பட்ட அரண்மனை. அது கம்பீரமாக இருந்தாலும் அந்தச் சுற்றுப்புறத்துக்கு உறுத்தலாக இல்லை. நான் அந்த இடத்தை நேசித்தேன். நான் மீண்டும் தொல்லியலாளராக வேண்டும், மக்களின் வரலாற்றைத் தோண்டியெடுக்க வேண்டும், அவர்கள் வாழ்க்கை, அவர்களின் ஆசைகள், கலை, கட்டடக்கலை இவற்றைப் பற்றியெல்லாம் கதைகளை உருவாக்க வேண்டும், ஆனால் வாழ்க்கை அதற்கேயுரிய திருப்பங்களில் திரும்புகிறது; சிலநேரங்களில் நாம் எதிர்ப்பார்த்தேயிராத முற்றிலும் வேறான திசைகளில் சென்றுபோய் நிற்போம்.

அடுத்த நாள் நாங்கள் ஹெராக்ளியனிலிருந்த அருங்காட்சியகத்துக்குப் போனோம். பழங்காலப் பொருள்கள் வைத்திருக்கும் பெட்டிகளுக்கிடையே நடந்தபடியே அவற்றை நின்று பார்த்துக்கொண்டிருந்தேன்; அப்போதுதான் நீ அழைத்து, “இதைப் பாரேன்” என்றாய். அந்தக் கணத்தில் முத்திரைக் கற்கள் என்ற அற்புதம் கண்முன் விரிந்தது. நூற்றுக்கணக்கில் இருந்தன அவை. ஒவ்வொன்றிலும், இந்திய நுண் சிற்பங்களைப் போலவே, சின்னச்சின்ன அம்சங்கள் கவனம் கொடுத்துச் செதுக்கப்பட்டிருந்தன. அவற்றில் ததும்பிய உயிரோட்டம், நளினமான கோடுகளில் வெளிப்பட்ட சக்தி. என்னவோ நேற்றுச் செய்தவைபோல இருந்தன அவை. தற்காலத்தைச் சேர்ந்தவைபோல இருந்தனவே தவிர புராதனமாகத் தோன்றவில்லை.

எனது பரம்பரையின் ஒரு அம்சத்தைப் பார்த்து, இவற்றில் நான் எங்கே என்னைப் பொருத்திப்பார்ப்பது என்று யோசிப்பதிலேயே ஒரு நாள் காணாமல் போய்விட்டது; நான் மீண்டும் திரும்பிவர முடியுமா? என்னால் லாசித்தி பீடபூமியிலிருக்கும் எலினாவைப் பார்க்கப் போக முடியுமா? அந்நியர்களாகவும் அதே சமயம் மிகப் பரிச்சயமானவர்களாகவும் உணர்கிற இந்த மக்களின் மத்தியில் நான் வாழ முடியுமா?

தேசி

புயுனஸ் ஏரீஸ் ஒரு விசித்திரமான இடம். ஒரு பக்கம் பார்த்தால் டாங்கோ; இங்கே இருக்கும்போது ஒரு பார்ட்டியில் கலந்துகொள்ள வேண்டும் என்ற உணர்வு இருக்கும். ஆனால் இந்தக் கவர்ச்சிகரமான, பளிங்கு வெளித்தோற்றத்துக்குப் பின்னால் கடினமாக ஏதோ இருக்கிறது. தெருவில் பீதியை இப்போதும் உணர முடியும். சில இடங்களைப்போல முகங்களில் தெரியாது இந்தப் பீதி; ஆனால் எந்த நிமிடமும் எதிர்பாராமல் நம்மைத் தாக்கலாம். நான் நடந்தபடி இருக்கிறேன். அது பழைய நதியை ஒட்டிய தட்டையான சமவெளி. அதன் முன்முனையில் லா பொக்கா குடியிருப்புப் பகுதி. அப்போது அங்கே பல எதிர்ப்புப்போராட்டங்கள், நடைபயணங்கள். பெண்களுக்கு எதிரான வன்முறையை முடிவுக்குக் கொண்டுவரச் சொல்லி ஒரு பிரம்மாண்டமான ஊர்வலம்; ஆனால் எல்லா இடங்களைப் போல வன்முறை இங்கும் தொடர்ந்துகொண்டுதான் இருக்கிறது. "லெஸ்பியனாஸ் பிரெசெண்டெஸ்" என்ற பதாகையைக்கூடப் பார்த்தேன்.

1970, 80களில் என்ன நடந்தது என்பதைச் சுற்றி என் மூளையைச் செலுத்த முயன்றுக்கொண்டிருக்கிறேன். சாண்டியாகோ போய் மெர்சிடிசும் அவரது குடும்பத்தினரும் துன்பங்களுக்குள்ளான இடங்களைப் பார்ப்பதற்கு முன்னால் இதைத் தெரிந்துகொள்ள வேண்டும். இரண்டு நாடுகளும் – அர்ஜெண்டினா, சிலி – ஒன்றல்லதான்; ஆனால் ஒரே சக்திதான் இரண்டு இடங்களிலும் செயல்படுகிறது. எனவே நான் இன்னும் அதிகமாக அறிந்துகொண்டால்தான் இந்த யதார்த்த உலகத்தில் எதைத் தேட வேண்டும் என்பது தெரியும்.

எஸ்மா உண்மையிலேயே என்னை உலுக்கிவிட்டது. பார்ப்பதற்கு மிகச் சாதாரணமாக, ஆர்வத்தைத் தூண்டுவதாகத் தெரிந்தது; ஹன்னா அரெண்ட் சொல்வதைப்போல.

ஒன்று எனக்குத் தெரியவருகிறது: சித்திரவதைக்காரன் சாதாரண அறிவைவிடத் துறைசார் கோட்பாடுகளையே

விரும்புகிறான். சித்திரவதை ஒரு குலைப்பு நடவடிக்கை. சித்திரவதைக்காரன் உண்மையைத் தேடுவதில்லை; தகவல்களைக்கூட இல்லை. வேதனைக்கும் நிச்சயமின்மைக்கும் மனக்குழப்பத்துக்கும் இழிவுக்கும் ஒருவரை ஆளாக்கி அவரைக் குலைப்பதுதான் அவன் செய்ய விரும்புவது. பெண்கள் என்று வரும்போது, அவளைச் சித்திரவதைக்காரன் அவமானப்படுத்த விரும்புகிறான். இதைச் செய்வதற்கு அவளை அவளது பால் அடையாளமாகக் குறுக்குகிறான். அவளது அந்தரங்க உறுப்பாகத்தான் அவன் அவளை அடையாளப்படுத்துகிறான். அவர்கள் ஓர் ஆணைச் சித்திரவதைச் செய்யும்போது, அவனை அவமானப்படுத்த மிகச் சிறந்த வழி, அவனைப் பெண்பாலாக இறக்குவதுதான்.

புயனஸ் ஏரீஸில் இரவுச் சாப்பாட்டுக்கு மேலே நாங்கள் சித்திரவதை பற்றிப்பேசினோம்.நாஸி ஜெர்மனியில் லெஸ்பியன்களுக்கு நடந்ததைப்பற்றிப் பேசினேன். சமூகத்தோடு இயைபு அற்றவர்களாம். இப்போது எங்களுக்குச் சுதந்திரமில்லாத நாடுகளில் என்ன நடக்கிறது என்பதைப் பேசினோம். கொலம்பியாவில் எங்களை 'பயன்படுத்தி எறியப்பட வேண்டியவர்கள்' என்று அழைக்கிறார்கள் என்றாள் மரியா. நானும் அவளிடம் கில் ஹான்ஸ்கோம்பேயின் கவிதையான 'ஸைபிலின் ததும்ப'லை மேற்கோள் காட்டினேன்; அந்தக் கவிதை இப்படித் துவங்கும் : டைக்கி(லெஸ்பியன்) களாய் இருப்பதில் யாரும் பெருமைப்பட்டுக்கொள்வதில்லை. முடியும்போது இப்படி வரும்: டைக்கிகளைப்பற்றிப் பிற டைக்கிகள் மட்டும்தான் பெருமைப்படுகிறார்கள். எங்களுக்கு இருக்கும் ஆபத்தைப் பற்றி, அழித்து ஒழிக்கப்படும் அபாயத்தைப்பற்றி நான் பயப்படுகிறேன். எங்களுக்கு அப்படியெல்லாம் நடக்கும் அல்லது என் பெரியம்மா கேத்துக்கு அப்படியெல்லாம் நடந்தது என்பதை நம்புவதற்கு எனக்கு இன்னமும் கஷ்டமாகத்தான் இருக்கிறது.

கூட இருந்தவர்களில் யாரோ சொன்னார்கள், ஸ்பெயினின் மதவிசாரணைக் காலகட்டத்தின் போதுதான் கணக்கியல் என்ற தொழிலே தோன்றியதாம். சித்திரவதைக்குள்ளானவர்களின் சொத்துக் கணக்கு திருச்சபைக்குத் தேவைப்பட்டது. மதவிசாரணையிலிருந்து உலகமயமாக்கலுக்கு. நாம் ஒருவிதமான கணக்காளரின் கற்பனை உலகத்தில் வாழ்கிறோமா? அந்த உலகத்தில் எல்லாமே சேர்க்கப்படுகிறது; அப்படி இல்லாதவர்களை முடித்துவிடுவது. கேத்துக்கு என்னென்ன இருந்தது? கலகக்காரி, குரல் கொடுப்பவள், பிறரிடம் தாக்கத்தை ஏற்படுத்துபவள், கீழ்நிலையில் உள்ளவர்களுக்காகப் போராடுபவள், லெஸ்பியன், சட்டவிரோதமானவள், உயர்மட்டங்களில் நட்புகள் இல்லாத முட்டாள்.

சித்திரவதையும் வன்புணர்வு மாதிரித்தான். வன்புணர்வும் சித்திரவதைதான். நீ தடுக்கவில்லையென்றால், சித்திரவதைக்காரன் என்ற பெருமை அவனுக்கு ஏது? நீ தடுத்தால், உன்னிடமிருந்து உன் எதிர்ப்பைப் பிடுங்கியெறிவார்கள், என்னவோ நீ அவர்களின் உடைமை என்ற நினைப்பில்.

நேற்று நான் மேமொரிப் பார்க் போனேன்; அந்த இடம் முழுக்க கடந்தகாலப் பயங்கரங்களைத் தெரியப்படுத்தும் கலையால் நிறைந்திருந்தது.;

எண்ணிலடங்காத பெயர்களால் நிரம்பிய ஒரு சுவர் உட்பட. நான் வீட்டுக்குத் திரும்பிவந்துகொண்டிருந்தபோது தெருவில் டாங்கோ நடனக்காரர்கள், மக்கள் நடப்பதற்கான இரண்டு தெருக்களின் சந்திப்பில் ஆடிக்கொண்டிருந்தார்கள். அற்புதமாக இருந்தது அவர்களைப் பார்க்க.

லா பொக்காவில் இன்று டாங்கோ நடனக்காரர்கள் அதிகமாக இருந்தார்கள்; சுற்றுலாப் பயணிகளிடமிருந்து காசு பறிப்பதற்காக இருக்கலாம். ஆனால் எங்கும் வண்ணமயம்; நடைபாதையிலும்கூட. பளிச்சென்ற வண்ணங்களில் வளைதகரச் சுவர்கள். இந்த இடத்தின் அமைப்பு எனக்கு இதமாக இருந்தது. துன்பங்களையே பார்த்தும் யோசித்தபடியுமிருந்த நான் இந்த இடைவேளையைச் சந்தோஷமாக அனுபவித்தேன்.

இருட்டு, எனக்கு ஆசுவாசத்தைத் தரும் இருட்டு. கதகதப்பாக இருக்கிறது. கடலிருந்து வரும் இளங்காற்று என் சருமத்தை வருடுவதை உணர்கிறேன். காற்று, காதலியைப் போல. தலையை நிலத்தில் சாய்த்துக்கொண்டு அதன் இதயத்துடிப்பை, நிலத்தின் துடிப்பை, நிலஇதயத்தின் துடிப்பைச் செவிமடுக்கிறேன். நட்சத்திரங்கள் நிரம்பிய இரவுவானத்தை நேராகப் பார்க்கிறேன். அதோ அவை. சகோதரிகள். நான் கணக்கிடுகிறேன், ஏழுபேருமே தெரிகிறார்கள். நமக்குக் கலைகளைக் கொண்டுவந்த சகோதரிகள் அவர்கள். நடனம், பாட்டு, கவிதை இன்னும் இன்னும். அவர்கள் திரும்பி, எழுந்து, பெருவிரலில் நின்று நடனமாடித் தொடுவானத்தில் விழுகிறார்கள்.

அவர்களைப்பற்றிய சமீபத்தியக் கதைகளில் அவர்கள் காட்டுமிராண்டிகள் ஆகிவிட்டார்கள். அவர்களுக்கு வேகமாக ஓடும் கார் ஒன்று பரிசாகக் கிடைக்கிறது. பெரிய எஞ்சின் உள்ள ஒரு பழைய சூபரூ கார். மிருகசீஷனிடமிருந்து ஓடுவதற்குப் பதிலாக அவர்கள் அவன்மேல் திருப்புகிறார்கள். அவர்களிடம் வில்லும் அம்பும் இருக்கின்றன. கவன்கல்லும் இருக்கிறது. தங்களைப் பாதுகாக்க மெதூஸா முகமூடி அணிந்திருக்கிறார்கள். அவர்களைச் சுற்றிலும் பெண்முகக் கழுகுகளும் சூனியக்காரக் கிழவிகளும் பறக்கும் குதிரைகளும் ஒற்றைக்கொம்பு யூனிகார்ன்களும் இருக்கின்றன. அவை பழியாய் முண்டியடிக்கின்றன. லிம்போ என்ற நரகத்தில் இந்தச் சகோதரிகள், சிட்னியின் மார்டி கிராஸிலிருந்து பைக்கில் வந்த லெஸ்பியன்களோடு கைகோர்த்துக்கொள்கிறார்கள். இரு குழுவினருமாகச் சேர்ந்து பாலைவனத்தில் முழக்கியபடி ஓட்டிச்செல்கிறார்கள். பல நிறத்திலான புழுதியைக் கிளப்பியபடி. இந்த ஆட்டக்காரச் சகோதரிகள் காளியிடமிருந்து பாடங்களைப் படித்தவர்கள். எங்கே செல்ல வேண்டும் என்று அவர்களுக்குத் தெரிந்திருக்கிறது. அவர்களுக்குத் தெரியும் மென்மையான பாகங்கள், எளிதில் வசமாகும் இடங்கள் எவை என்று.

தேசி

சாண்டியாகோ வந்ததும் நான் பார்த்த முதல் தெருப் பெயர், மெர்சிட். நல்ல அறிகுறி. அப்படித்தான் நினைக்கிறேன். உடனே களத்தில் குதித்து, என் பட்டியலில் உள்ள இடங்களைப் பார்த்துவிட வேண்டும் என்று முடிவு செய்கிறேன். வில்லா கிரிமால்டியிலிருந்து தொடங்குகிறேன். **டினா**வால் (சிலிய ஜனாதிபதியாக இருந்த பீனாஸேயால் உருவாக்கப்பட்ட ரகசிய போலிஸ் அமைப்பு) நடத்தப்பட்ட சித்திரவதை மையங்களில் இதுதான் மிக முக்கியமானது. அங்கே போவதற்குக் கொஞ்சம் நடந்துசெல்ல வேண்டியிருக்கிறது; எனக்குப் பல விஷயங்களைப் பற்றி யோசிப்பதற்கு அவகாசம் கிடைக்கும்.

அட்ரீனலின் வேகமாகச் சுரக்கிறது. நடையைத் துரிதப் படுத்தி முதலில் சிறிது தூரத்தைக் கடந்து ரோஸ் கார்டன் வந்துசேருகிறேன். அது என்னை மேற்கொண்டு செல்லவிடாமல் நிறுத்துகிறது.

ரோஸ் கார்டன் ரோஜா தைலத்தின் வாசத்தால் நிறைந்திருக்கிறது. ஒவ்வொரு ரோஜாவுக்கும் இங்கே இறந்துபோன அல்லது இங்கிருந்து காணாமல்போன பெண்களின் பெயர் இடப்பட்டிருக்கிறது. எல்லாவற்றையும் பதிவுசெய்வதற்காக நான் என் கேமராவோடு சுற்றி நடக்கிறேன். நான் பார்க்கும் முதல் பெயரில் மெர்சிடிஸ் இருக்கிறது; இரண்டாவது ரோஜாவின் பெயரின் முதல் பகுதியும் மெர்சிடிஸ்தான். இன்னும் வேறு பெயர்களும் இருக்கலாம்தான்; ஆனால் இந்தப் பெயர் எனக்கு நன்றாகத் தெரிந்ததால் அது மட்டுமே என் கவனத்தில் படுகிறது போலிருக்கிறது. பெண்கைதிகள் அடைத்துவைக்கப்பட்டிருந்த இடத்தையும் *பரில்லா* அறையையும் நான் கண்டுபிடித்துவிட்டேன். அதை யோசிக்கும்போதே என் மேலெல்லாம் நடுங்குகிறது. *பரில்லா*, இரும்பு க்ரில், கைதிகளின்மீது மின்சாரம் பாய்ச்சுவதற்கான

இரும்புச் சட்டகம். உடல்கள் சுட்டுப் பொரித்தெடுக்க வேண்டிய இறைச்சியைப்போலக் கருதப்பட்டன.

மெர்சிடிஸ், கார்மென், லினா, சுசானா, அரோரா, கிளாரா, அனா, மரியா, லூயிஸா. இவர்கள் ஒன்பது மூஸ்களாக இருந்திருக்கலாம். இன்றைய நாட்களில் மூஸ்களுக்கு ஒளிந்துகொள்ள இடமில்லை. அறியப்படாத குகைகளோ, பாதாளத்தில் ஓடும் நதிகளோ, எரிமலைத் துவாரங்களோ இல்லை. எல்லா இடங்களையும் மனிதர்கள் ஆக்கிரமித்துவிட்டார்கள்; நம் உள்மனங்களில் அறியப்படாதவற்றுக்கு இடமே இல்லை.

நாள் 35

அவர்களுக்கு என்னதான் வேண்டும் என்று எனக்குத் தெரியவில்லை. அவர்கள் கேள்விகள் கேட்டபடியிருக்கிறார்கள்; என்னிடம்தான் விடைகள் இல்லை. வேறு சிலரைப்பற்றி என்னிடம் கேட்கிறார்கள். அவர்கள் கேட்டவர்களைப்பற்றி எனக்குத் தெரியாது. இது ஒருவிதமான தந்திரமா? அவர்கள் என்னைப் பதில் சொல்வதற்கு விரும்பவைக்கிறார்களா? எனக்குப் பதில் தெரிந்த கேள்விகளைப் பின்னால் கேட்டுக்கொள்ளலாம் என்று வைத்திருக்கிறார்களா? அந்த நேரத்தில் நான் பதிலை அலறிச் சொல்ல வேண்டுமா? அவர்கள் எனக்கு அந்தத் திருப்தியைக்கூடத் தர மறுக்கிறார்கள்.

ஒவ்வொரு நாளும் அவர்கள் என்னிடமிருந்து ஒரு புதிய பகுதியைப் பிரித்தெடுக்கிறார்கள். அடிகள் ஓய்வில்லாமல் விழுந்துகொண்டே இருக்கின்றன. துப்பாக்கி பற்றிய நினைவுறுத்தல்களும். அதைப்பற்றி நினைக்கும்போதெல்லாம் என் மூளை ஸ்தம்பித்துவிடுகிறது. அவர்களின் வன்முறைக் கூர்மைப்பட்டுக்கொண்டிருக்கிறது. வெல்வெட் குரலோன் எப்போதாவது வருகிறான். அவனது காலடியோசை கேட்டவுடனேயே எனக்குள் பயம் குமட்டலைப்போலப் பொங்குகிறது. இன்று அவர்கள் என்னை ஒரு பறவையைப்போலத் தரையில் கைகால்களை விரித்துக் கிடத்தினார்கள். தரையைப் பார்த்து முகம். என் நாசியில் மூத்திரம் நிறைகிறது. அவன் நீள்வட்டமாக இடைவெளியைச் சுருக்கிச் சுருக்கி என்னைச் சுற்றிவந்தான். இந்த நீள் வட்டத்துக்குப் பெண்கள் கொடுக்கும் முக்கியத்துவத்தைப் பற்றிச் சொல்லிச் சிரித்துக்கொண்டே. நீள்வட்டம் எதற்காக என்று காண்பிக்கிறேன் என்றான். சொல்லிக்கொண்டே என் இடதுகையில் அவன் காலைவைத்து அழுத்தினான். இடதுகையை உருவியெடு பார்ப்போம் என்றான். வார்த்தை விளையாட்டுகளைப்போல எனக்கு உன்னைத் தெரியும். கபடச் சகோதரி. இப்போது வலதுகையில் காலை அழுத்தினான். செவ்விரல் புலரியே, விபச்சாரி. கைகளில் இன்னும் ஏறி என்

விரல்களை வலுவாக அழுத்தித் திருக்கினான். விரல்களால் ஜாலம் காட்ட முடியாது நீ இனி. மீண்டும் ஏறி மிதித்துத் திருக்கினான். அப்புறம் கொஞ்சம் நடந்துசென்றுவந்து மீண்டும் ஏறித் திருக்கினான். எலும்புகள் நொறுங்கின. விரல்கள் உயிரிழந்து அவன் விரும்பியதுபோல பயனற்றுப்போயின. அவன் எப்போது வந்தாலும் எனக்கு வேதனையைத் தந்துவிட்டுத்தான் போவான். என்னை வேதனையில் துடிதுடித்துத் தேம்பியழவைத்துப் போவான். அவன் செய்வது பயங்கரம். என் விரல்கள் உடைந்தக் குச்சிகளைப்போல் சிதைந்துவிட்டன. அழுகும் கட்டைகளாக என் கைகள். இரானில் லெஸ்பியன்களின் கரங்களை வெட்டுவார்கள் என்பது என் நினைவுக்கு வருகிறது.

தேசி

பல்பாரீஸொ. என்ன ஒரு ஊர்? உண்மையிலேயே விசித்திரம்தான். மலையின் முகட்டில், நடப்பதற்கான வழிகளோடு கட்டப்பட்டிருக்கிறது. வழிகளில் நாய்கள் வெயில் வாங்கிக்கொண்டிருக்கின்றன. அவற்றின் கழுத்தில் பட்டையில்லாதது என்னை அச்சுறுத்தியது; என் சினேகிதி, அவை எல்லோருமாகச் சேர்ந்து வளர்ப்பவை என்று சொன்னபிறகுதான் என் அச்சம் நீங்கியது. என்ன ஒரு அபாரமான யோசனை. கார்களை இந்த இடத்துக்குக் கொண்டுவராமலிருக்க ஒரு வழி.

இந்த மலைப்பாதைகளில் நடந்துவிட்டு நாங்கள் பாப்லோ நெருதாவின் வீட்டுக்குச் சென்றோம். அவரது வீடு அதியற்புதங்களைக் கொண்டிருக்கும் அலங்காரக் கவிதையைப் போலிருந்தது. பார்ப்பதற்குப் பிரமாதமாக இருந்தது அது. மலைமுகடுகளையும், அலையாடும் துறைமுகத்தையும், கடற்கரையையொட்டிய தெருக்களையும் பார்த்தவாறிருந்தது. நான் அவரது கவிதைகள் சிலவற்றைப் பார்த்தேன். காதல், மறதி இவற்றோடு தனது நாயைப் புதைத்ததைப் பற்றியுமான கவிதைகள். எனக்கு அவற்றின் எளிமை பிடித்திருந்தது.

அவரோடு மதிய உணவு (யார் சமைக்கிறார்கள் என்று யோசனையாக இருந்தது எனக்கு)சாப்பிட யாராவது விருந்தினர்கள் இருப்பது அவருக்குப் பிடிக்கும். உணவுக்கு முன்னால் அவர் விஸ்கி எடுத்துக்கொள்வார். கப்பலின் புகைக்கூண்டைப் போல அவரது வாசிப்பறை மேற்தளத்தில் இருந்தது. அதிலிருந்து மிகத் தொலைவில் ஆஸ்திரேலியாவின் கடற்கரை இருக்கிறது என்று நினைத்துக்கொண்டேன்.

ஒவ்வொரு அறைக்கும் ஒவ்வொரு தளத்துக்கும் காதால் கேட்டறிய வழிகாட்டி இருந்தது. ஆட்சிக்கவிழ்ப்பு நடந்தபோது ராணுவம் அவரது வீட்டைத் துவம்சம் செய்துவிட்டது. அவர்

நோய்வாய்ப்பட்டு மருத்துவமனையில் இருந்தார். மருத்துவர் அவருக்கு ஊசி செலுத்தினார்; அந்த நேரம் நெரூதா வீட்டுக்குக் கூட்டிக்கொண்டுபோகச் சொல்லி வற்புறுத்தினார். பீனாஸே பதவிக்கு வந்து இரண்டு வாரங்களுக்குள் அவர் மரணமடைந்தார். அவருக்குச் செலுத்திய ஊசிதான் அவர் மரணத்துக்குக் காரணம் என்று சிலர் சொல்கிறார்கள்.

ஆப்கானிஸ்தானிலிருந்து இரானை நோக்கிக் கிழக்கு மேற்காக நாம் பறக்கும்போது, முடிவே இல்லாத கடினமான மலைகள் கடந்தபடி இருக்கும். இந்தியத் துணைக்கண்டத்தின் செந்நிற மண்ணிலிருந்து துவங்கிப் பழுப்பு நிறத்தினூடாகச் சென்று பாதியில் மஞ்சள் நிறத்தில் முடிவதாகக் காட்சி வண்ணம் மாறிக்கொண்டிருக்கும். பின்னர் சமவெளியும் நதிகளைத் தொடரும் பசுமையான விளைநிலங்களும் வருகின்றன. இங்கிருக்கும் விளைநிலங்கள் கிழக்குப் பகுதியை விடப் பெரியவை. நகரங்களும் இருக்கின்றன. அதன்பின் உப்பு வயல்கள்.

நான் ஒட்டகத்தில் சென்றுகொண்டிருக்கிறேன். ஆடி அசைந்து பயணிக்கும் நாங்கள் தனித்துத் தெரிகிறோம். ஆடிக்கொண்டிருக்கும் நிலத்தில் பொருத்தப்பட்ட பெண்டுலத்தைப்போல நான். எங்களின் இந்தப் பாலைவனப் பயணம் ஹாட்ஷெப்சட்டின் புராதன நினைவுச் சின்னங்களையும் அமுன் ஆலயத்துக்கும் எங்களைக் கொண்டுசெல்கிறது. உயர்ந்த தூண்கள் எங்களுக்குமேல் தெரிகிறது. ஜாக் இங்கு அவனது பீன் விதைகளுடன் வந்திருக்கிறான். இவை வேறு உலகத்துக்குச் செல்வதற்கான ஏணிகள். ஒவ்வொரு தூணும் நுட்பமாகச் செதுக்கிச் சித்திரமிடப்பட்டுள்ளன. எகிப்திய பெண் தெய்வமான இஸிஸ் தன் சிறகுகளை விரித்து இந்தப் பிரபஞ்சம் முழுவதையுமே தன்வசப்படுத்தப் பார்க்கிறாள். எனக்கு முன்னால் வேறு கவிஞர்களும் இங்கு வந்திருக்கிறார்கள். ஹில்டா அவர்களில் ஒருவர். இங்கு வந்தவர் பெருமாற்றத்துக்கு ஆளாகி ஒரு புதிய உலகைக் கண்டார். இங்கிருந்த சித்திர எழுத்துக்களை ஏதோ அவரே அவற்றை எழுதியதைப்போலப் படித்தார். செல்ல வேண்டிய காலம் ஒரு வரைபடத்தைப்போல விரிந்திருந்தது. அவர் எப்போதாவது பட்டுப்பாதையில் பயணம் போயிருப்பாரா? தனது துறைமுகத்துக்கு அவர் என்றாவது கடற்பயணம் செய்திருப்பாரா? அவரால் செய்ய முடிந்ததெல்லாம் புராதன உலகத்தை உயிர்ப்பித்ததுதான்; ஹெலன், ஹில்டா இருவரின் உண்மையான கதையைத் தெரிந்துகொள்வதற்காக.

நாள் 37

என் மூளை ஒரு வரைபடத்தைப்போல இருக்கிறது. சிக்கலான திருகுகள் திருப்பங்களோடும் சாம்பல் வர்ணமும் வெண்மையும் இணைந்த சுருள் படம். காலத்தினூடான மைட்டோகான்டிரியா பாதையாக அது அமையும்; பெண்வழி. அங்கும் இங்குமாக ஒரு கனத்த சிவப்புக்கோடு கிளைகளின் குறுக்காகச் செல்லும்; இந்தத் தடைக்கோட்டில் ஒரு போக்கு வழியைக் கண்டுபிடிக்கும்வரையில் என் மனது போய்க்கொண்டேயிருக்கும்.

என் கைகள் உடைந்துபோயிருக்கின்றன. என்னால் இனியும் என்னை வலுவாக வைத்துக்கொள்ள முடியாது. என் கைகளில் வலு இல்லை. எனவே நிற்கிறேன். நிற்பதன் மூலமாக அவர்களுக்கு அறைகூவல் விடுப்பேன். நான் நடக்கத் தொடங்கி மெல்ல அடியெடுத்து வைக்கிறேன். முன்னும் பின்னுமாக நடந்து பார்க்கிறேன். ஒரு தாளகதியில். எனக்குத் தெரிந்த ஒரு நாட்டிய அடவு இருக்கிறது. அந்த நாட்டிய வடிவத்தை வெளிக்கொணர்கிறேன். பார்ப்பவர் எவருக்கும் அது நாட்டியம்போலத் தோன்றாது. ஆனால் எனக்கு அது நாட்டியம்தான். என்னைப் பொருத்தவரையில், நாட்டியம் என்னிடம் இன்னும் இருக்கிறது. நான் அடியெடுத்து வைக்கிறேன். மெதுவாக, ரொம்ப மெதுவாக. நளினம் முழுவதுமாக வந்துவிட்டது என்று சொல்வதற்கில்லை. திருப்பும்போது என் கைகள் வலிக்கின்றன. அடிபணிய மறுக்க வேண்டும் என்ற உணர்வு எனக்கு இல்லாமல்போனால் நான் மூலையில் முடங்கிக்கிடக்க வேண்டியதுதான். கைகளை என் கண்ணருகில் கொண்டுவந்து, முறிந்துபோய்ப் பரிதாபமாக இருக்கும் விரல்களைப் பார்க்கிறேன். சிவந்துக் கன்றிப்போய் வீங்கியிருக்கின்றன. என் கண்களின் பின்னிருக்கும் நாட்டிய வடிவத்தை நான் முயன்றபடி இருக்கிறேன். விரல்களின் வேதனையும் நிறமும் என் மூளையை நிறைத்திருக்கின்றன. நான் ஆடுவேன்; நான் ஆடுவேன்.

என் பெரியம்மாக்கள் சொல்வார்கள் என்னிடம், ஆடு. இதயபூர்வமாக ஆடு. எப்போவெல்லாம் முடியுமோ அப்போவெல்லாம் ஆடு. நீ ஆடினால் உலகத்தில் எல்லாம் நன்றாகிவிடும்.

முதும்பெண்களும் இளம்பெண்களும் சேர்ந்து ஆடும் ஒரு நடனம் இருக்கிறது. அதை திரேதா என்று அழைத்தார்கள். மலைகளைப்போல அதுவும் புராதனமானது; அவற்றைவிடப் புராதனமாகக்கூட இருக்கலாம். அது பிரபஞ்சப் படைப்பின் நடனமாகக்கூட இருக்கலாம். பெண்கள் கைகோர்த்துக்கொண்டு உள்ளேயும் வெளியேயுமாகச் சுற்றிச் சுற்றி ஆடுவது எனக்கு நினைவு வருகிறது. ஒரு வருடம் என்னையும் ஆடுவதற்கு இழுத்துவிட்டார்கள். நான் கீழே விழப்போனேன், ஆனால் எல்லோரும் என்னைப் பிடித்துக்கொண்டார்கள்; என் மனதில் கிளர்ச்சி பொங்க நான் ஆடினேன். ஆட்டத்தின் முடிவில் – அது முடிவதற்கு நீண்ட நேரம் எடுத்தது – பெண்கள் எல்லோரும் குலவையொலி எழுப்பிப் பறவைகளைப்போலப் பாடினார்கள்.

எலிசெஸ்ஸில் ஆடிய நடனம் என்பது இப்போது எனக்குத் தெரிகிறது. அந்த நடனத்தை முன்னெடுத்து ஆடிய பெண் பெர்சிபோனியின் பிரதிநிதி. புராதன உலகத்தின் எல்லாப் பாகங்களிலிருந்தும் மக்கள் எலிசெஸ்ஸுக்கு வந்தார்கள். அதை அவர்கள் ரகசியமாக வைத்திருந்தார்கள். எலிசெஸ்ஸின் இந்த மர்ம விஷயங்கள் இரண்டாயிரம் ஆண்டுகள் நிகழ்த்தப்பட்டன. நாம் நம் வாழ்க்கையை விசேஷமானதாக நினைத்துக்கொண்டிருக்கிறோம்; ஆனால் அவை குறுகியவை; நமது நினைவுகளோ இன்னும் குறுகியவை.

நாள் 42

எங்கள் குழுவிலிருந்தவர்களில், நாங்கள் எங்கிருக் கிறோம் என்று சொல்லிக்கொடுத்தது யார்? உயரமான சுவர்கொண்ட பின்புறமாக வந்து, படுக்கையறைக்கு நேரடியாக வரும் கதவின் வழியே நுழைய வேண்டும் என்றெல்லாம் எப்படி அவர்களுக்குத் தெரிந்தது? எங்களுக்குத் தெரிவதற்கு முன்பே பிரியாவுக்குத் தெரிந்துவிட்டது. படுக்கையில் படுத்துக்கொண்டிருந்த அவள் தொண்டையில் இலேசான ஒரு குரைப்பு துடித்துக்கொண்டிருந்தது. அவர்கள் நுழைந்ததும் குரைத்தபடியே அவர்களில் ஒருவன்மீது பாய்ந்தாள். முதல் வெடி அப்போதுதான் வெடித்தது. எங்களைப் பாதுகாக்க முயன்று மாய்ந்தாள் அவள்.

தேசி

பெர்சிபோனி களவாடப்பட்ட மற்றொரு சிறுமி. பெண்களும் குழந்தைகளும் களவாடப்படுவது பற்றிய பழங்கதைகள் பல சொல்லப்பட்டுக்கொண்டே இருக்கின்றன; காரியமாகத்தான் ஒன்றும் நடக்கவில்லை. போக்கோ ஹாராமால் பிடித்துச் செல்லப்பட்டுப் பின்னர் விடுவிக்கப்பட்ட சிறுமிகளைக் குடும்பங்கள் ஏற்றுக்கொள்ளவில்லை; ஏனென்றால் அவர்கள் கெட்டுப்போனவர்களாம். சிறுமிகள் பல இடங்களில் கடத்தப்பட்டு, வன்புணர்வுக்குள்ளாகித் திருமணத்துக்கோ வீட்டுவேலைக்கோ தள்ளப்படுகிறார்கள். பையன்கள் கடத்தப்பட்டு அனாவசியமான போர்களில் எதிரிப்படையின் பீரங்கிகளுக்கு இரையாக்கப்படுகிறார்கள். குழந்தைகளே போருக்குப் போக விரும்பினார்கள் என்று சொல்லப்படும் கதைகளும் உண்டு. 'பைடுபைப்பர்' கதையைப் போல. பார்ப்பதற்கு குதூகலமான ஆட்டம்போலத் தெரியும், ஆனால் அது கிட்டத்தட்ட மரண ஊர்வலம்.

அர்ஜெண்டினாவில் பாட்டிமார்கள் இப்போதும் தங்கள் பேரக்குழந்தைகளைத் தேடிக்கொண்டிருக்கிறார்கள். கடைசிக் குழந்தை சில மாதங்களுக்கு முன்பு கண்டுபிடிக்கப்பட்டது. 500 அல்லது அதற்கு மேற்பட்ட குழந்தைகளில் ஒரு கால்பகுதியைத்தான் கண்டுபிடித்திருக்கிறார்கள். மீதி பேர் என்னவானார்கள்?

டிர்ரா தெல் ஃப்யூகோவில், திருச்சபையினர் வந்தார்கள், ஆஸ்திரேலியாவிலும் அதைப்போல பல இடங்களிலும் வந்ததுபோல. ம்யூசியோ தெ பெல்லாஸ் ஆர்டேயில், 1923 இல் உடல்முழுதும் வண்ணம்பூசிய பெண்கள் நேரடியாக கேமராவைப் பார்த்துகொண்டிருக்கும் படம் ஒன்று காட்சிக்காக வைக்கப்பட்டிருக்கிறது. ஒரு வருடம் கழித்து அவர்கள் சுமக்கமுடியாத உடையை அணிய வேண்டிவந்தது; அவர்களின் பெருமிதம் காணாமல் நழுவிப்போயிருந்தது. திருச்சபை அந்தப் பெண்களைக் களவாடியிருந்தது.

குழந்தைகள் கடத்தலை நாம் எப்படி முடிவுக்குக் கொண்டு வரப்போகிறோம்? பெண்கள் வன்புணர்வு என்ற சடங்குக்குக் கட்டாயப்படுத்தப்படுவதை எப்போது நிறுத்தப்போகிறோம்?

நாள் 45

நாள் நீண்டுகொண்டே போகிறது. என் கைகளிலும் விரல்களிலும் நிறம் மாறுவதைப் பார்த்துக்கொண்டிருக்கும் பெரும் துன்பத்தில் என்னை ஆழ்த்திவிட்டு அவர்கள் செல்கிறார்கள். விரல்களைக் கடினமான தரையில் வைத்து ரொம்ப மெதுவாக அழுத்திப்பார்க்கிறேன். ஆனால் என் நரம்புகள் இன்னமும் வீறிடுகின்றன. நான் உட்கார்ந்து யோசிக்கிறேன். என் தலைக்குள் மேலும் கவிதைகளைப் புனைகிறேன். தியேஜெனிஸிஸ் என்று அழைக்கப்படக்கூடிய ஒன்றை உருவாக்குவதுபற்றி யோசிக்கிறேன். படைப்பூக்கமும் பெண்களும் என்பது பற்றிய தொடர் கதைகள் அல்லது கவிதைகள். தலைப்பு பகட்டுத் தலைப்புத்தான், ஆனால் நான் இந்தச் சாக்கடையிலிருந்து என் மனதைத் திருப்புவதற்கு இப்படி ஏதாவது செய்தாக வேண்டியிருக்கிறது.

சுவரிலிருந்த குதிரை முகம் மீண்டும் உருமாறுகிறது; இப்போது நான் பார்ப்பது பிரம்மாண்டமான ஒரு ட்யூலிப் மலர்; அல்லது பேச்சுக் கேட்பதற்கான செவிக் கூம்பு. நான் இங்கிருந்து போகும்போது எனக்கும் செவிக்கூம்பு ஒன்று வேண்டும்; எமினெம் என் மனத்தில் சரமாகக் கொட்டிக்கொண்டிருந்த வார்த்தைகளின் ஓசையில் என் செவிப்பறைகள் கிழிந்துவிட்டன. "இந்த லெஸ்பியன் சிறுக்கியை ஒழித்துக்கட்டாமல் விடமாட்டேன்" என்பதுபோல ஓசைகள் விடாமல் தட்டாமாலை சுற்றிக்கொண்டிருக்கின்றன.

ஓசைகள் என்னை வந்தடைகின்றன. அவ்வப்போது நதிகளின் ஓசையைக் கேட்க முயல்கிறேன். டைப்செட் செய்த பக்கங்களில் வடிவங்களை உருவாக்கும் நதிகளைப்போல. அல்லது சுவரில் தெரியும் குதிரை முகம். ஒவ்வொன்றும் வடிவங்களை உருவாக்குகின்றன, ஆனால் நாம் அவற்றால் குழம்பும்போது களேபரமாகிவிடுகிறது.

இரவில் நான் அழுகிறேன். எனக்காக. இந்தக் கண்ணீர் எனக்காக; எனக்காக மட்டுமே.

தேசி

கூடவேயிருந்து குழிபறிப்பவர்கள் ஒரு பிரச்சினை. இவர்கள் ஒவ்வொரு ஆட்சியிலும் இருக்கிறார்கள். எது ஒருவரை மற்றவர்களுக்குத் துரோகம் செய்யவைக்கிறது? சிக்கலான கேள்வி. சிலியில் இதுபோல் பலருண்டு, ஆனால் ஒருவர் மட்டும்தான் பலருக்கும் அறிமுகமான முகம். லூஸ் ஆர்ஸே. இவள், லா ஃப்ளாகா, கரோலா ஆகிய இருவரின் துணையோடு இடதுசாரி இயக்கங்களில் ஈடுபட்டவர்களை அடையாளம் காண **டினா**வுக்கு உதவிசெய்தாள். எனக்குத் தெரிந்த இந்த மூன்று பேர்களில், அனைவருமே ஆயுதப்படை வீரர்களோடு தொடர்பிலிருந்ததாகப் பிடிபட்டவர்கள். வன்முறையிலிருந்து பாதுகாத்துக்கொள்ளும் கேடயமாக இச்செயலில் ஈடுபட்டார்களா? அல்லது இது கிட்டத்தட்ட குடும்பத்தில் வன்முறையின் இயக்கம் போன்றதா, கட்டுப்பாட்டை மீறிச்செல்லும் ஒரு சுழற்சியா? பாதுகாப்புக்காகத்தான் பெண்கள் ஆண்களுடன் உறவுகளில் ஈடுபடுகிறார்கள், ஆனால் அந்த உறவே அவர்களைப் பெரும் பாதிப்புகளுக்கு உள்ளாக்கிவிடுகிறது. இதுபோன்ற சூழல்களில் பெண்கள் காதலின் அதிகாரத்தாலும் பயத்தாலும், தமக்கானவர்களின் பாதுகாப்புக்காகவும் சுய பாதுகாப்புக்காகவுமே மற்றவர்களுக்குத் துரோகம் இழைக்கிறார்கள். தனது மகனின் பாதுகாப்புக்காகவே தான் இதைச் செய்ததாக லூஸ் கூறுகிறாள். அதற்காக அவளை மன்னித்துவிட முடியுமா? லெஸ்பியன்கள் குறைகளே இல்லாதவர்கள் அல்லர், ஆனால் எங்களில் சிலர் தங்களை ஆண்கள் காப்பாற்றிப் பாதுகாப்பார்கள் என்ற எண்ணத்துக்குப் பலியாகிவிடுகிறோம்.

பாதாள உலகின் கதவுகள் அடைக்கப்பட்டுள்ளன. நிர்வாண மனிதர்கள், பாஷ் ஓவியங்களில் இருப்பதைப்போன்ற உருவங்கள், இலக்கின்றித் திரிந்துகொண்டிருக்கின்றன. நான் உடைகளைக் களைந்துவிட்டு மாடிப்படிகளில் இறங்குகிறேன். நான் திறக்கமுயற்சிக்கும் ஒவ்வொரு கதவும் மூடப்பட்டிருக்கிறது. மற்றவர்களோ உள்ளே செல்வதும் வெளியே வருவதுமாக இருக்கிறார்கள், படிகளேறி மேற்பரப்பிற்குச் செல்கிறார்கள். படுக்கைகள் கொண்ட ஒரு பெரிய அறை திறக்கிறது, வட்டமாகப் போடப்பட்டுள்ள மென்மையான காத்திருப்பு இருக்கைகளை நோக்கி நடக்கிறேன். ஒரு பெரிய ஜெர்மன் ஷெப்பர்ட் நாய் என்னை நோக்கிவந்து, என்னருகில் படுத்துக்கொள்கிறது. இரு பெண்கள் அமர்கிறார்கள்; பார்ப்பதற்குத் தாயும் மகளும்போல் இருக்கிறது. மகள் நாயை அணைக்கிறாள், அது சுருண்டு படுத்துக்கொள்கிறது, எதற்கும் உடன்படத் தயாராக. நான் எழுந்து, எனக்காகத் திறந்துகொண்ட கதவை நோக்கிச் செல்கிறேன். ஆனால் அந்த நாய் அறையின் குறுக்காகத் துள்ளியோடி வந்து கதவின் எதிரே நிற்கிறது என் வழியை மறைத்துக்கொண்டு.

பாதாள உலகின் தாயார் கயாஸ். காலத்துக்கும் வெளிக்கும் இடைப்பட்ட வெளியில் அவர் வாழ்கிறார். கயாஸ் பிடிமானமற்றவர் என்பதால் பற்றிக்கொள்ள ஏதாவது தேவைப்பட்டது அவருக்கு. எனவே அவர் பூமியையும் (கைய்யா) பாதாள உலகையும் (தார்தாரஸ்) உருவாக்கினார். கைய்யா உறுதியானது, நம்பகமானது. தார்தாரஸோ அனைத்தையும் அனுமதித்தது; இருளில் காதல் செய்ய, இரவு முழுவதும் காதல் செய்ய.

தேசி

பாதாள உலகம் இப்போது இங்கே இருக்கிறது. 1973ஆம் ஆண்டு செப்டம்பர் 11க்குப் பிறகும் அது இங்கே இருந்தது. லாந்தரஸ் 38. நான் நேற்று அங்கு இருந்தேன். கூழாங்கற்கள் பதிக்கப்பட்டுக் கண்ணியமான தெருவாகத்தான் தோன்றியது, சில ஹோட்டல்களும் காபிக்கடைகளும் இருந்தன; ஓய்வெடுக்கத் தோதான அமைதியான பகுதி. அந்த வீட்டில் பல தளங்கள் இருந்தபோதும் அது அப்படியொன்றும் பெரிதாக இல்லை. அதைச் சுற்றிலும் நெருக்கமாகக் கட்டடங்கள் இருந்தன. ஆனால் அதன் தோற்றம் கடுமையாக இருந்தது. எஸ்மாபோல இதைப் புது மெருகூட்டி வைக்கவில்லை. இதன் சுவர்களில் பயங்கரத்தை உணர முடியும். நான் மாடிக்குச் சென்றேன், அங்கிருந்து சாலைக்கு அந்தப் பக்கமாய் இருந்த பூக்கள் நிறைந்த ஜன்னல் பூந்தொட்டிகளைப் பார்த்தேன். திறக்கமுடியாத கதவு ஒன்று. அடிகள் அலறல்களின் சத்தம் அண்டை அயலார்களுக்குக் கேட்கவில்லையா? அல்லது அவர்கள் அதைக் கேட்க விரும்பவில்லையா?

இரவுச் சாப்பாட்டின்போது, எனது மேற்பார்வையாளரின் நண்பரிடம் தெருவைப்பற்றிக் கேட்டேன். அதெப்படி இதைப்பற்றி அவ்வளவு நாட்கள் யாருக்கும் தெரியாமல் இருந்தது? ஏன் எவர் காதிலும் அலறல் சத்தம் விழவில்லை?

"அது சிகப்புவிளக்குப் பகுதியாக இருந்தது" என்று பதில் வந்தது.

விபச்சார விடுதி உரிமையாளர்கள் என்ன சொல்லிவிடப் போகிறார்கள்? போலிசுக்கும் **டினா**வுக்கும் அவர்கள் மாமூலாகப் பணம் கொடுத்துக்கொண்டிருக்கலாம். 'வாடிக்கையாளர்'களை எரிச்சல்படுத்துவதைவிட வாயை மூடிக்கொண்டு இருப்பது நல்லது.

பிறகுதான் எனக்கு எல்லாம் புரியவந்தது. கேத்தின் காகிதங்களில் இருந்த குறிப்பு எனது நினைவிற்கு வந்தது. சான் பிரான்சிஸ்கோ, பாரிஸ், லாந்தரஸ் 38. நான் அறைக்குத்

திரும்பியதும் முதல்வேலையாகத் தெரு வரைபடத்தை எடுத்தேன், சான் பிரான்சிஸ்கோ என்ற பெயர்கொண்ட தெருவிலிருந்து வலது எடுத்தால் பாரிஸ், அங்கிருந்து வலது எடுத்தாலும் இடது எடுத்தாலும் லாந்தரஸ் என்று அதில் குறித்திருந்தது. என்னுடைய குறிப்புகள் எல்லாம் தப்பு. நான் செய்த தவறை இப்போது என்னால் உணர முடிகிறது. எனது தவறான புரிதலால் இப்படித் திருத்தி எழுதியிருந்தேன்: சான்பிரான்சிஸ்கோ, பாரிஸ், லண்டன் 38. அவர் 1939ஆம் ஆண்டைக் குறிப்பிட்டிருக்கலாம். அது எங்களுடைய குடும்ப வரலாறு பற்றியது என நினைத்திருந்தேன்.

அவர் 1939ஐக் குறிப்பிடவில்லை, முகவரியைத்தான் குறிப்பிட்டிருக்கிறார், இதோ இந்தக் கட்டடத்தை – லாந்தரஸ் 38. ஏன்? அவர் சிலி வந்ததே இல்லை. மெர்சிடிசும் அவரது குடும்பமும்தான் சிலிக்குத் தப்பிச் சென்றனர். மீண்டும் அதே கேள்வி – ஏன்?

எனக்கு தெஸ்மோபோரியா கொண்டாட வேண்டும் போல இருக்கிறது. பெண்களுடன் மூன்று நாள்கள் மலையேற்றம். எங்களின் முதுகுப்பைகள் நிறையச் சுற்றுலா உணவுகள்: ஜாம்கள், பிரெட்கள், சாலட்டுகள், பழங்கள், இனிப்புகள்; இவற்றோடு வைனும், சாராயமும், தண்ணீரும். மூன்றாம் நாளின்போதுதான் இறைச்சி உண்போம் – சிலர் அதை வேண்டாம் என்றுவிடுவார்கள்.

இரண்டாம் நாள் உண்ணாவிரதம், அன்று மாதுளை விதைகளை மட்டும் கொறிப்போம். நிலத்தில் விழுந்தவை இறந்தவையாகக் கருதப்படுவதால் அவற்றை உண்ணக் கூடாது. கொண்டுவந்த விரிப்புகளில் உட்கார்ந்து பெண்கள் ஒருவரையொருவர் கட்டியணைத்து ஓலமிட்டு அழுவார்கள். கடந்த வருடத்தின் அனைத்து இழப்புகளுக்காகவும் வருந்துவர். பிற்பகலின்போது நாங்கள் ஒருவரையொருவர் திட்டிக்கொள்வோம், இழிவுபடுத்திக்கொள்வோம். சென்ற வருடம் முழுவதும் எங்கள் மனதுக்குள் சேர்த்துவைத்திருந்த வன்முறைகள் அனைத்தும் கப்பல்களின் உடைந்த பாகங்களை அடித்துக்கொண்டு பாயும் பாதாள உலக ஆறுகளைப்போலே பீறிட்டு வெளியேறும். எங்களின் உடைந்துபோன உணர்வுகள் அடித்துக்கொண்டு போகும்.

கடைசி நாள் ஆக்கலுக்கானது. ஆடுவோம், பாடுவோம், கவிதைகள் சொல்லுவோம். சிலர் வண்ணக் களிமண்ணை முகங்களில் பூசிக்கொள்வர். இசைக்கலைஞர்கள் மும்முரமாய்ப் பிறர் விரும்பிக் கேட்பவற்றை எல்லாம் இசைப்பார்கள். இந்த நாளில்தான் எங்களில் பெரும்பாலானோர் இறைச்சி உண்போம். ஆக்கலும் அழித்தலும். அழகிய பிறவி என்றழைக்கப்படுபவள், காளிஜீனியா. மலைச்சரிவில் சூரியன் மறையும்போது தீப்பந்தங்கள் ஏந்தியபடி நாங்கள் மலையிறங்குவோம்.

நாள் 46

காலம். இந்த விலங்குக் கொட்டிலில் அது தட்டையாக இருக்கிறது. குழப்பமான மனநிலையில் நாம் எதிர்கொள்வது போன்ற காலம் இது. துவக்கம் இல்லை, முடிவு இல்லை, அத்துடன் பலப்பல நடுப்பகுதிகள். நான் எப்போதுமே காலத்தை என் தோழியாகத்தான் நினைத்திருந்தேன். ஆனால் இப்போது அதே நட்புடன் நாங்கள் இல்லை. காலம் என்னைச் சுழற்றியடிக்கிறாள், என்னைத் திசை திருப்புகிறாள், எளிமையும் சிக்கலும் கலந்த அவளது சுபாவத்தாலும் அவளது அரூபமான வடிவங்களாலும் என்னை ஏமாற்றுகிறாள். முடிவில்லாது நீள்கிறாள். ஒரு சமயம் அவள் எடைகொண்ட பந்து; மறுசமயம் கொள்ளிவாய்ப் பிசாசுபோல காற்றில் மிதக்கிறாள். எடைகொண்ட பந்தென இருக்கும் காலத்தைத் தாங்குவதுதான் ரொம்பக் கஷ்டம். கட்டுப்பட்டு. மனசோர்வுப்பட்டு. பிணைக்கப்பட்டு. தப்பிக்கவே முடியாமல். உள்ளுக்குள் ஓர் அழுத்தம் மேலும் மேலும் அழுத்துகிறது. நான் ஒன்றுமேயில்லாமல் ஆகும்வரை. ஏதோ உயிர் ஒட்டிக்கொண்டிருக்கும் ஒரு புள்ளி, அவ்வளவுதான். என்னால் செய்யமுடிந்ததெல்லாம் உட்கார்ந்துகொண்டிருப்பது அல்லது தூங்குவது அல்லது சரிந்துவிழுவது.

ஏதோ உயிர் ஒட்டிக்கொண்டிருந்த அந்தக் காலத்தின் போது, அவர்கள் வந்து என்னை வெளியே இழுத்துப் போனார்கள். என்னை ஒரு துணிப்பொம்மையைப் போல்தான் நடத்தினார்கள், மனுஷியாக அல்ல. விரல்கள் உடைக்கப்பட்ட அறை. என் மனம் தப்பியோடுகிறது. உயிர் ஒட்டிக்கொண்டிருந்த என்னைப் பயத்திலும் பீதியிலும் அது தள்ளிவிட்டது. பயத்தோடு மட்டுமே பொழுதுகள் விடியும் இந்த வாழ்க்கை என்ன வாழ்க்கை?

அடுத்து என்ன நடந்தது. என்னால் விவரிக்க முடியாது. இல்லை இல்லை, அதைப்பற்றிப் பேச எனக்கு விருப்பமில்லை. அதை வார்த்தைகளில் விவரிக்க நான் விரும்பவில்லை. என் வார்த்தைகள் தவறாகப் பயன்படுத்தப்பட்டால்? என் பேச்சு மற்றவர்களைக் காயப்படுத்திவிட்டால்? மௌனங்களின் குவியலுடன் என் மௌனமும் சேர்கிறது. ஆனால் இதற்கு என்னதான் மாற்று உள்ளது? என்னால் பேச முடியாது.

உலகம் தட்டையானது. நான் தட்டையானவள். காலம் தட்டையானது. எதையும் ஒப்புக்கொள்வதென்பது உயிரைப் பணயம் வைப்பதாகும். நான் எங்கே போவேன்? புராண காலத்திற்கா? அந்தக் காலத்தில், அந்த இடத்தில், எதுவும் என்னைக் காயப்படுத்தாது. அதுவொரு புகலிடம். பாதுகாப்பான மறைவிடம். கடல் தட்டையானது, ஆனால் அதன் தட்டைத்தனம் கனிவானது. கடல் தட்டையானது, அந்த மேற்பரப்பின் அடியில் உயிர் பல்வகை வடிவங்களில் இருந்துகொண்டிருக்கிறது, அவற்றில் சிலவற்றை நாம் கற்பனைசெய்து பார்க்கக்கூட முடியாது. ஆழம் செல்லச் செல்ல அவற்றின் விந்தைகளும் அதிகரிக்கும். அவற்றின் வாய்க்குள்ளிருந்து குட்டிக் குட்டி விளக்குகள் முன்னால் நீளும். முகப்புவிளக்குக் கொண்ட மீன் எனக்கு வேண்டும். சைக்கிள் வேண்டாம். கடல் தட்டையானது, நான் அதில் மிதந்து கீழே செல்கிறேன். மேற்புறத்தின் அருகே அது ஒளிர்கிறது. பலவண்ண மீன்கள் பெண்களின் கூட்டம்போல் நீந்திச் செல்கின்றன. மற்றவையெல்லாம் தனியாகவோ ஜோடியாகவோ நீந்துகின்றன. அவற்றின் பக்கங்களில், வானவில் கோடுகள். கிளிஞ்சான் மீன்கள். இந்த வெப்பமண்டல நீரில் நான் சுதந்திரமாக மிதக்கிறேன். முன்னும்பின்னுமாய் நீந்துகிறேன், பவளப் பாறைகளின் மேலே. ஆழமில்லாத கடலின் அடித்தளம் காளான், மூளைவடிவப் பவளப்பாறைகளால் பரவியிருக்கின்றன. என்னால் 360 பாகையில் சுற்றிப்பார்க்க முடியும் என்பது எனக்குச் சட்டென உறைத்தது. நான் புரள்கிறேன், திரும்புகிறேன், சுழல்கிறேன். எப்படிப் பார்த்தாலும் அதுவொரு முப்பரிமாண உலகம்.

பிறகு நான் மூழ்குகிறேன். நான் கீழே தள்ளப்படுகிறேன். எனது சைக்கிள் என்மீது வீசியெறியப்படுகிறது. என்னைக் கீழே அழுத்துகிறது. சக்கரங்களும் கைப்பிடிகளும் என்னை மேலே வரவிடவில்லை. நான் நீரை விழுங்குகிறேன். அவஸ்தைப் படுகிறேன். எனக்கு மூச்சுவிட வேண்டும். குரல்வளையில் என்னால் அதை உணர முடிகிறது. குரல்வளையின் வாய்ப்பகுதியில் அது இருக்கிறது. எனது பேச்சின் மூலத்தில் அது இருக்கிறது. எனக்கு மூச்சுத் திணறுகிறது.

தேசி

பெல்லாஸ் ஆர்டெஸ் அருகே ஒரு வீட்டில் எனக்கு வாடகைக்கு ஒதுக்கப்பட்ட சிறிய அறைக்குத் திரும்பி நான் சேகரித்த தகவல்களையெல்லாம் ஆராய்ந்தேன். நானெடுத்த புகைப்படங்களைப் பார்த்தேன், மீண்டும் லாந்தரஸ் 38இல் இருந்து துவங்கினேன். சுவரில், ஒருத்தி இன்னொருத்திக்கு ஸ்பானிய மொழியில் எழுதிய வரிகள் இருந்தன:

நினைத்துப்பார்க்கிறேன்

பேரச்சத்தின் வீட்டில் உன்னை அறிந்துகொண்டதை...

ஒளிபொருந்திய அந்தக் கணங்களில் ஒரு கனவாக,

அல்லது ஓர் அற்புதமாக.

இருளில் அந்த ஒளியாக நீயேதான் இருந்தாய் என்றாலும்.

நாம் பின்னடைந்திருந்தோம். இன்று ஆயிரக் கணக்கான பின்னடைவுகள்.

பின்னர், நான் காண்கிறேன் உன்னை இப்போது,

இருப்பாய்

காலத்தை எதிர்பார்த்தபடியே இன்றும் எங்கோ நீ

மூடுபனியை விலக்கி

நாம் ஒருவரையொருவர் கண்டடைவோம்.

என்னை மறந்துவிடாதே.

(தடுப்புக்காவலில் காணாமல்போன தனது தோழி முரியல் டாக்கெண்டார் நவரட்டேவுக்காக சாண்ட்ரா மச்சூவா 1974ஆம் ஆண்டு அக்டோபர் 10 அன்று எழுதிய கடிதம், குவாட்ரோ ஆலமோஸ் கேம்பில் அப்போது இருவருமே தடுப்புக்காவலில் வைக்கப்பட்டிருந்தார்கள்.)

மற்றொரு அறையில்:

இந்த வீட்டில் என்ன நடந்ததோ,

அது வெளியேயும் நடந்தது,

அரச பயங்கரவாதம்

நாடுமுழுவதும் நடந்தேறியது.

நான் குமுறிக் குமுறி அழுதேன், பிறகு நானே ஒரு கவிதையை எழுத முயன்றேன்:

அவளொரு பறவை
உயரே மிதக்கிறாள்
அல்லது அவள் விழுகிறாளா?
அவள் உடல் ஒரு கவசம்
அவள் கைகள் சிறகுகள்
தூக்கமின்மை என்னை வானத்தை நோக்கி இழுக்கிறது
இரவு மௌனத்தால் நிறைந்துள்ளது
உடல்கள் விமானங்களிலிருந்து
சுழலும் காற்றில் வீசப்பட்டன.

நாள் 50

அந்த அமர்வுக்குப் பிறகு என்ன நடந்தது என எனக்குத் தெரியவில்லை. நான் மீண்டும் கொட்டிலுக்குத் திரும்பிவந்தேன். அது வழக்கம்போல இருட்டாக இருந்தது. இடியென இசை முழங்கிக்கொண்டிருந்தது. அறை முழுதும் இரைச்சல் பேய்கள். அவற்றின் நீண்ட இழையுடல்கள் அறையில் மிதப்பதை என்னால் பார்க்க முடிகிறது. வெட்டுக்கிளிக்கும் எலும்புக்கூட்டுக்கும் இடைப்பட்ட ஏதோவொரு உருவம். எனது உடலை உணர எனக்கு நீண்டநேரம் பிடித்தது. உணர்வு பயம். உயிர் வருவதற்கு முன்புவரை அது வெறும் களிமண்கட்டி. முந்திய டைட்டன்கள். நான் அதை உள்ளிருந்து உணர்ந்தேன், அது காயப்பட்டிருந்தது. உட்பகுதி முழுதும் குழைந்துபோன உருளைக்கிழங்கைப்போல உணர்ந்தேன். மீண்டுமொருமுறை நான் அசையாமலேயே தூங்கிப்போனேன் என்று தோன்றுகிறது. மூளை பின்வாங்குகிறது. தொடர்ந்து விழிப்பதும் உறங்குவதுமாக இருந்திருக்கிறேன் எனப் படுகிறது. ஒவ்வொருமுறையும் அங்கு பேய்கள் இருந்தன. ஒவ்வொருமுறையும் நான் எனது உடலின் சிறு சதுர அளவு பாகத்தை உணர்ந்தேன். தட்டை. 'தட்டை' எனும் வார்த்தை. என்னுள் இருந்த காற்றைப் பிதுக்கி எடுத்துவிட்டதைப்போல உணர்ந்தேன். இப்படியாக நான் தட்டையானேன். மனிதீயான நீராவி உருளையால் என்னை நசுக்கிவிட்டார்களா? என் கைகளை மெதுவாகத் தூக்கி என் விலாவின்மீது வைத்துக்கொண்டேன். வழக்கத்தைவிட என் நெஞ்சுப்பகுதி குறுகி, தட்டையாக இருந்தாற்போல் உணர்ந்தேன். லேசாக அழுத்தினாலும்கூட வலித்தது.

நான் எங்கிருக்கிறேன் என்பதை வலி நினைவுபடுத்தியது. நானொரு கைதி, இது எப்போது முடியுமென நான் அறியேன். 'நான்' என்பது சின்னஞ்சிறியது. மணற்துகள் போன்றது அது. அந்த பிளேக்கியப் பிரபஞ்சம். முட்டைக்குள்ளே பறவையின்

பாடல் தொடங்குவதைப் போன்றது அது. நம்பிக்கையின் ஓர் இழை. ரூமி கூறியது இதைப்பற்றித்தானா? நம்பிக்கை வேதனையிலிருந்து பிறக்குமா? எனக்கு எதிர்காலம் உண்டா? ஆனால் இந்த நிச்சயமின்மை. அதற்கு முடிவுண்டா? அல்லது இந்தக் கொட்டிலே என் கல்லறை ஆகிவிடுமா? எது மோசமானது? சாவா? வலியா? நிச்சயமின்மையா? இறுதியாக உள்ளதுதான்.

தேசி

*Museo de la Memoria y Derechos Humanos*இல் என் உணர்ச்சிகள் கட்டவிழ்ந்துவிட்டன. அந்தப் பெயரில் இருந்தது நினைவுகூரல் மட்டுமல்ல, மனித உரிமையைப் பாதுகாப்பதற்கான தேவையும்தான்; நிறையப் பேருக்கு அவர்களின் உரிமைகள் அப்பட்டமாக மீறப்பட்டன என்பதை நினைவுபடுத்துவதற்காகவும். இங்கேதான் நான் மீண்டும் வெண்ணிறத் தலைகொண்ட அந்தக் கறுப்புச் சிறகுப் பறவையைப் பார்க்கிறேன். ராட்சசக் கழுகு. ஒரு பருந்து வகை. இந்தப் பிரம்மாண்டப் பறவையை சிஐஏவும் பிறரும் கழுகு நடவடிக்கை என்றழைக்கப்பட்ட திட்டத்துக்காகக் களவாடிச்சென்றார்கள் என்பதுதான் ஆக மோசம். அவர்கள் அப்படித்தான் செய்வார்கள். அதிகாரத்தின் எல்லாப் படிமங்களையும் களவாடி, சிதைத்து, உருக்குலைத்து, ஏழைபாழைகளிடம் திருப்பிக் கொடுப்பார்கள். அனடோனியக் கழுகு, அது ஆயிரக்கணக்கான வருடங்கள் கலை மதம் இவற்றின் வடிவமாக இருந்த நாடுகளில் சிஐஏ நடத்திய தாக்குதல்களில் அவர்களின் மீதே திரும்பிவிட்டது.

நான் ரொம்பவும் மனச்சோர்வு அடைந்துவிட்டேன்; கோபத்தையும் உணர்கிறேன். எனக்கு கேத்துடன் பேச வேண்டும். என்ன நடந்தது, இங்கே சிலியில் நடந்ததற்கும் அவரது வாழ்க்கைக்கும் என்ன தொடர்பு என்பதைத் தெரிந்துகொள்ள வேண்டும். 1973இல் மெர்சிடிஸ் எங்கிருந்தார்?

நாள் 51

என் பெயர் பீட்டர் என்றோ ஸ்டெஃபானோ என்றோ அப்துல் என்றோ இருந்திருக்குமானால், என்னிடம் வேறுமாதிரி இவர்கள் நடந்துகொண்டிருப்பார்களோ? அவர்களின் வெறுப்பு வேறுமாதிரி இருந்திருக்கும். அவர்கள் என்னை அப்போதும் வெறுப்பார்கள்தான், ஆனால் ஒரு பெண்ணாக நான் இருக்கமாட்டேன். அதைமட்டும் எடுத்துவிட்டால் அவர்களின் வெறுப்பு வேறுமாதிரி இருக்கும். என்னவிதமான அச்சம் இது? உளவியலாளர்கள் இதை புறசக்திகள் மீதான அச்சம் என்கிறார்கள். நான் அதை ஏற்றுக்கொள்ளவில்லை. எனக்கு இது அதிகாரம் பற்றியது என்று படுகிறது. தங்களின் அதிகாரம் பற்றி அவர்களுக்கே அச்சம். அது இல்லாமல் போய்விடுமோ என்ற அச்சம். போனால் என்ன? போய்விட்டால், அவர்கள் எப்படித் தாங்கள் நினைப்பதைச் செய்ய முடியும்? அவர்கள் அன்பைப்பற்றி எப்போதாவது கேள்விப்பட்டிருக்கிறார்களா? ஒருவரின் முகத்தில் சிரிப்பைக் காணும், அவர்களுக்குச் சந்தோஷம் தரும் எளிய விஷயத்தைச் செய்வதற்கு அவர்கள் எப்போதாவது ஆசைப்பட்டிருக்கிறார்களா? யார் அவர்கள்? எல்லோருமே அப்படியா? இல்லை, நன்றாகப் படித்தவர்கள், நிறையச் சாதித்தவர்கள் இவர்கள்தான். இந்த வெற்றிதான் இவர்களின் மனிதத்தன்மைக்கு முடிவு கட்டிவிட்டுகிறது.

நான் யோசிக்க வேண்டியிருக்கிறது. நான் இங்கிருந்து தப்பியாக வேண்டும்? எப்படி? அவர்கள் விரும்புவதைச் செய்வதுதான் மிக எளிதான வழி. ஆனால் அவர்கள் விரும்புவது என்ன? அவர்கள் கேட்கும் கேள்விகள் எல்லாமே அர்த்தமற்றவை. வலியின் மத்தியில், விழிப்புக்கும் மயக்கத்துக்கும் இடையில் நான் என்ன சொன்னேன் என்று யாருக்குத் தெரியும்? இடைவெளிகள் இருக்கின்றன. என் உணர்வுப்பூர்வமான சுயத்துக்கும் உணர்வேயில்லாமல் ஆக்கப்பட்ட ஒன்றுக்கும் இடையில் இடைவெளிகள் இருக்கின்றன. ஒரு கணம் நான் முழுமையாக இருப்பேன்; அதற்குச் சற்று முன்புதான் என்னை இழந்திருப்பேன். ஆக என்னதான் வித்தியாசம்? மூளை நரம்புகள் ஏன் ஒரு கணத்தை நினைவில் வைத்திருக்கிறது, அதற்கு முந்தியதை வைக்கவில்லை?

தேசி

நான் எடுத்திருந்த குறிப்புகளை வைத்துக்கொண்டு வேலைபார்த்தவாறு விமானத்தில் இருக்கிறேன். என் மூளையில் கைதிகள் கிடத்தப்பட்டிருக்கும் இரும்புக் கட்டிலின் சித்திரம் வருகிறது. நினைவுகள் மற்றும் மனித உரிமைகள் அருங்காட்சியகத்தில் பார்த்தது; புகைப்படமெடுக்க அனுமதி இல்லை. என் மூளையில் இருக்கும் படங்கள் சில நேரம் மிகத் துல்லியமாக இருக்கின்றன. அதிலும் குறிப்பாக இந்தப் படம். ஆட்டிலிருந்து கம்பளி உரிப்பதற்கான கிடக்கை போலிருக்கிறது; விரிப்பு மட்டும்தான் வித்தியாசம். இரும்புக் கட்டில் குறுகலானது. மின்சாரக் கடத்திகளைச் சொருக வசதியாக ஏகப்பட்ட அமைப்புகள். வில்லா கிரிமால்டியில் பெண்களைக் காவலில் வைக்கும் அறை ஒன்று இருக்கிறது. அதற்கு அடுத்த அறையில்தான் *பரில்லா* இருக்கிறது. உணவுக்கடைகளின் வெளியே வைத்திருக்கும் இறைச்சி சுடும் கிரில்லை மனதில் கொண்டுவாருங்கள். வீட்டில் அன்றாடம் பயன்படுத்தும் இந்தச் சாதனத்தால் கைதிகள் சித்திரவதைப்படுத்தப்பட்டார்கள். கிட்டத்தட்ட எல்லா வீடுகளிலும் இந்தச் சாதனம் இருக்கும்போது எப்படிச் சித்திரவதையிலிருந்து தப்பிக்க முடியும்? உணவுவிடுதிகள் தங்கள் பெயர்ப்பலகையிலேயே *பரில்லா*வை நியோன் வெளிச்சமிட்டுக் காட்டும்போது?

நாள் 52

எனக்கு ஒன்பது வயது; ஒரு மரத்தில் உட்கார்ந்திருக் கிறேன். இன்று ரொம்பச் சூடு. காற்றில் கோதுமைத் தவிட்டின் மணம். கிறிஸ்துமஸுக்குச் சில தினங்கள் முன்பு. நான் கோபத்தோடிருக்கிறேன். கோபத்தில் ஓடிவந்துவிட்டேன். நான் போய்விட்டேன் என்று அவர்களுக்குத் தெரிய வேண்டும். அவர்கள் அதை நினைத்து வருந்த வேண்டும். நான் உட்கார்ந்துகொண்டே இருக்கிறேன். என் வாய் உலர்ந்துவிட்டது. என்னிடம் தண்ணீர் இல்லை. ஓடிப்போக வேண்டும் என்று தோன்றும்போது, ஓட மட்டும்தான் செய்வோம். தண்ணீரையும் சாண்விட்சையும் தயார்செய்து வைத்துக்கொண்டு ஓடமுடியுமா? அவர்கள் ஏன் என்னைத் தேடி வரவில்லை? அவர்கள் என்னைக் கூப்பிடுவது ஏன் கேட்கவில்லை? அவர்கள் கவலைப்படவில்லை போலிருக்கிறது. நான் போனதில் அவர்களுக்குச் சந்தோஷமாகக்கூட இருக்கலாம். நான் மரத்திலிருந்து இலைகளைக் கொய்கிறேன். அவற்றை நரம்பு நரம்பாகக் கிழிக்கிறேன். கிளையிலிருந்து கீழே விசுறுகிறேன், வண்ணத்தாள்கள் போல அவை மிதந்துசெல்வதைக் கவனித்தபடி. என் விரல் நகங்களில் மரத்தின் பட்டை குத்துகிறது. இடையில் அறுந்துபோகாமல் எவ்வளவு தூரம் மரப்பட்டையை என்னால் உரிக்க முடியும் என்று பார்க்கிறேன். நான் அமர்ந்திருக்கும் கிளையில் அவற்றைத் தொங்கவிடுகிறேன். பின்னர் ஒவ்வொன்றாகக் கிளையிலிருந்து தட்டிவிடுகிறேன். அந்த மரத்தின் கீழாகச் செல்பவர்கள் யாரும் இந்தக் களேபரத்துக்கு என்ன காரணம் என்று யோசிக்க வேண்டும். ஆனால் யாரும் வரக் காணோம். எங்கும் அமைதி. பகல் சோம்பலுடன் நீண்டு, உருண்டு சென்று, உறக்கத்தில் ஆழ்கிறது. யாரும் கவலைப்படவில்லை.

நான் யோசிக்கிறேன்: அவர்களுக்கு என்ன தெரியும்? நான் இங்கே இருப்பது அவர்களுக்குத் தெரியுமா? அவர்களுக்குக் கலக்கம் வந்ததா? என்னைக் கீழே இறக்க ஏதாவது செய்வார்களா? நான் எவ்வளவு நேரம் இப்படியே

உட்கார்ந்துகொண்டிருப்பேன் ஒன்றுமே செய்யாமல், மரக்கட்டையாக, காத்துக்கொண்டு? என் கைகளைப் பார்க்கிறேன். அவை இனி ஒருபோதும் முன்பு போலிருக்காது. வேறு பாகங்களைப் பார்ப்பதற்கு எனக்குத் தைரியம் இல்லை. சிராய்ப்புகளை என்னால் உணர முடிகிறது. துளைத்தெடுக்கும் வலி எனக்கு ஞாபகம் வருகிறது. இரும்புத் தண்டு. என் வலதுகைச் சுண்டுவிரலை மடக்க முடியவில்லை. அதற்கு அடுத்த விரலிலிருந்து விலகிப்போய், ஒருவிதமான கோணத்தில் நிற்கிறது. இப்போதாவது என்னைத் தேடி நீங்கள் வருவீர்களா?

தேசி

மத்தியகாலத்துக் கைப்பிரதிகள் எவற்றையாவது பக்கத்தில் வைத்துப் பார்த்திருக்கிறீர்களா? ஒரு முறை நீங்கள் பார்க்க வேண்டும். நான் கிட்டத்தட்ட நூலகத்திலேயே குடியேறியிருந்தேன். இப்படியெல்லாம் வந்திருக்கின்றன என்று தெரியாத புத்தகங்களையெல்லாம் படிக்கிறேன், இங்கே கையெழுத்துப் பிரதிகளைக் காட்சிக்கு வைத்திருக்கிறார்கள். எழுத்துகளின் வடிவத்தைக் கண்கள் தொடர்கின்றன. ஒவ்வொரு எழுத்திலும் பூதங்கள் குடியேறி இருக்கின்றன. *S* எழுத்தின் மீது பாம்புடல்கொண்ட பெண்கள் ஊர்ந்து செல்கிறார்கள். பரிதாபத்துக்குரிய புனித ஆக்னெஸ்ஸைப்போல அவர்களின் மேனி எங்கும் மயிர் முளைக்கிறது. நீங்கள் – துரியன் பழங்களை ருசித்துச் சாப்பிடுபவராக இருந்தாலேயொழிய – பார்த்தேயிராத பழங்களை அவர்களில் சிலர் உண்கிறார்கள். இல்லையென்றால் பயங்கரமான பாணியில் முடிவைத்திருக்கிறார்கள் – கோத், பங்க் பாணிகளைவிடப் பயங்கரம். சிங்கமொன்றை ஒரு பெண் உறவுக்கு அழைக்கிறாள், சிறகுள்ள குதிரையொன்று நான்கு திரைக்கம்பங்களைக் கொண்ட அவளது கட்டிலில் ஓய்வெடுக்கிறது. கழைக்கூத்தாடிகள் சிலர், பறப்பதற்கான ஆயின்மெண்ட்டின் மூலிகைத் தயாரிப்பைச் சுற்றிலுமாகத் தரையில் கைகளை ஊன்றித் தலைகீழாக நிற்பதும் உடலைத் திருக்குவதுமாக இருக்கிறார்கள். ஹைரானிமஸ் பாஷுக்கு நிச்சயமாகத் தெரிந்திருக்கக்கூடிய சர்ரியலிஸ உலகம்தான் இது. அவர் மூலப் பனுவல்களைப் பற்றிக் கவலைப்படவில்லை.

புயுனஸ்ஏரீஸில் ஒரு மாலைப்பொழுதில் நான் போர்ஹெஸ் வீதியை வந்தடைந்திருந்தேன். நான் தொடர்ந்துசென்ற கதை, பாம்புகள் சுற்றிய பழைய பிரதிகள் பற்றிய அல்லது பாதைகள் கிளைக்கும் பூங்கா பற்றிய அல்லது பாதாளவுலகம், நரகம் இவை பற்றிய கதைகளைப் போன்றதுதான். கேத், மோனிக் விட்டிக் பற்றிச் சொல்லிக்கொண்டேயிருக்கிறார். அவர் சொல்லும் ஆசிரோன் நதியை நான் கடந்துசெல்ல முயல்வேன். புதிரான சிடுக்குப்பாதைகளில் மாட்டிக்கொள்வதைப்போல

நானும் அதில் மாட்டிக்கொள்ளலாம். அய்யோ, அது 5000 ஆண்டுகளுக்கு முந்திய கிரேட்டையும், பூஸ்ட்ரோபெடன்கள், பசுக்களின் சாகசத் துள்ளல் போன்றவற்றையும் பார்ப்பதைப் போலல்லவா? இங்கு சித்திரவதை செய்யப்பட்ட பெண்கள் விட்டுச்சென்றிருக்கும் பதிவுகள் சிக்கலானவை; நிறையப் பொய்த் தகவல்கள், முட்டுச்சந்துகள், பெரும்பிளவுகள். நீங்களும் இறந்துபோகலாம், பலர் இறந்துபோனதுபோலவே; யாருக்கும் தெரியப்போவதில்லை. காவலர்கள் பெண்களை இரவு நடனத்துக்கு அழைத்துப்போவார்கள் என்ற கதை புதிராக இருந்தாலும் என் மனதில் உண்மையாகவே உறுத்திக்கொண்டே இருக்கிறது. பரில்லாவில் சமைத்த உணவை உற்சாகத்தோடு சாப்பிட்டு, சிரித்தபடி அந்தப் பெண்கள் அவர்களோடு நடனமாட வேண்டும் என்று எதிர்பார்ப்பார்கள். அதன்பிறகு அவர்களைத் திருப்பி அழைத்துக்கொண்டுபோய், சிறையிலடைத்து மறுநாள் காலையில் அடிக்கவும் செய்வார்கள். இது உடலோடான போரல்ல; பெண்களை உளவியல்ரீதியாக உடைந்துபோகச் செய்ய ஒரு வழி.

நாள் 53

என் தலையிலிருக்கும் கதைகள் போய்விட்டன. என்னால் அவற்றை நினைவுகூர முடியவில்லை. என்னவோ என் வாயில் கைக்குட்டையைத் திணித்ததுபோல இருக்கிறது. என் கதை தடைப்படுகிறது. எனது முழு உலகமும் ஒடுக்கப்பட்டுவிட்டது. அப்படித்தானா? அவர்களுக்குப் பதில்கள் தேவையில்லை. என் பதில்கள் பொருட்டேயல்ல. ஏனென்றால் நான் சொல்லப்போவது உண்மையல்ல.

அப்படியானால் எதற்காக நான் இங்கே இருக்கிறேன்? பிறரையும் கெடுத்துவிடுவேன் என்பதற்காகவா? அவர்களுக்கு என்னைப்பற்றி என்ன தெரிய வேண்டுமோ அதெல்லாம் தெரியும். ஏற்கெனவே வெளிப்படையாக இருக்கிறது. நான் அவற்றைப்பற்றி எழுதியிருக்கிறேன். அதைப்பற்றிப் பேசியிருக்கிறேன்; செயலிலும் காண்பித்துவிட்டேன்; பலவழிகளில் அதை நெய்து காண்பித்தும்விட்டேன்.

தாங்கள் செய்வதை ஒரு தண்டனையாக அவர்கள் செய்கிறார்கள். மேற்கொண்டு நான் செய்யாமல் தடுப்பதற்காக. எனக்கு என்ன தெரியுமென்று அவர்களுக்கு ஏற்கெனவே தெரியுமென்றால், ஒருவேளை நான் அவர்களின் கேள்விகளைப் புறக்கணிக்க முடியும். ஒருவேளை அபத்தமான பதில்களைக் கொடுக்கத் தொடங்குவேன். அவர்கள் என்னை நினைப்பதும் அப்படித்தான். நானொரு அபத்தம். அவர்கள் தங்களின் எல்லை குறுகிய சின்ன உலகத்தில் எது பொருள்பொதிந்தது என்று நினைக்கிறார்களோ அதிலிருந்து நான் தூரத்திலிருக்கிறேன். அவர்களுக்கு, ஒரே உலகம். ஒரே வழி. ஒரே கடவுள். ஒரே மனிதன். ஏகன்.

தேசி

அவரது காகிதங்களுக்கிடையில் நாளிடப்படாத துண்டுக் காகிதங்களும் இருக்கின்றன. அவர் பெரும்பாலானவற்றைத் தேதிகள் போடப்பட்ட பெட்டிகளில் அடுக்கிவைத்திருந்தார், சில, நாள் மாறிக்கிடப்பவைபோலத் தோன்றினாலும். இந்தத் துண்டுக் காகிதங்கள்தான் என்னைக் குழப்பத்தில் ஆழ்த்துகின்றன.

Codex psapphistra.

என்ன அர்த்தம் இதற்கு? லெஸ்பியன்களைப் பற்றிய கற்பனைக் கலைக்களஞ்சியம். பெண்களின் மொழியான நூஷுவில் எழுதத் திட்டமிட்டிருந்திருக்கிறார். லெஸ்பியன்களைப் மையப்படுத்திய பார்வையில் பல வகையான விலங்குகளைப்பற்றி விளக்குகிறார். லெஸ்பியக் குறியீடுகள் மையமாக இருக்கும் ஒரு பிரபஞ்சத்தை அவர் படைக்கிறார்.

ஒரு அர்த்தமற்ற யோசனை
அர்த்தம் அற்றது
பித்துப்பிடித்தவர்கள்தான் இப்படிக் கனவு காண்பார்கள்.
அர்த்தமற்ற கனவுகளின் ஒரு புத்தகம்.
எழுதப்படாத வார்த்தைகளின் ஒரு பாப்பிரஸ்
வானத்திலிருந்து விழுந்த ஒரு துண்டு
டபுள் டிஸ்க் கரும்பொருள் மண்டலத்தினூடாக
பாதையை உருவாக்கியபடி
உயிரளிக்கும் ஒரு விண்கல்லைப்போல.

டிங்கோ நாய்கள் பேசும்
மரங்கள் நடக்கும்
கடல்கள் வறளும்
இப்படியெல்லாம் நடக்கவும் கூடும்.

கற்பனை செய்
அவள் சொன்னது இதுதான்
கற்பனை செய் வேறொரு உலகத்தை
உன்வீட்டு வாசலுக்கு வெளியே உள்ளதல்ல
உன் மூளையின் உச்சியிலிருப்பதும் அல்ல

எல்லாவற்றையும் புரட்டிப்போடு
புதிய கற்பனையில் ஒரு உலகைப் படைத்தெடு
கற்பனை விலங்குகளுடன், கற்பனை வார்த்தைகளால்.
படைத்திடு ஒரு காலத்தை
நடக்கச் சாத்தியமற்றதும்
நடக்கக்கூடிய ஒரு காலத்தை.

நாள் 54

நான் பேசியாக வேண்டும். நான் இங்கிருந்து வெளியே போய்ப் பேச வேண்டும். வெளியே சென்று பேசுவதற்கு நான் உயிரோடு இருந்தாக வேண்டும். தனிமையில் என்னதான் பேச முடியும்? எனக்குள் பேசிக்கொள்ளலாம். பேசித்தான் ஆக வேண்டுமென்றால் எதாவது பொருள் புரியாமல் உளறலாம். அதுதான் என்னைக் காப்பாற்றுமானால்.

யோசித்துப்பார்க்கிறேன்.

ஞாபகம் என்னைப் பதுங்கியிருந்து தாக்குகிறது. அவர்கள் என்னை இங்கே அழைத்துவந்த நாளில் என்ன நடந்தது? அவர்கள் கதவை உடைத்து வந்தபோது நான் உறக்கத்தி லிருந்தேன். நானும் மெர்சிடிஸும் தூங்கிக்கொண்டிருந்தோம். அவர்கள் கொடுங்கனவில் வரும் ஆவிகளைப்போல இருந்தார்கள். கழுத்துவரை மறைப்பு, கண்கள் மட்டுமே தெரிந்தன. என்னைப் படுக்கையிலிருந்து இழுத்தார்கள்; நான் தலையைத் திருப்பிப் பார்க்கும்போது ஒருவன் துப்பாக்கியை எடுப்பது தெரிந்தது. அவன் சுட்டான். மெர்சிடிஸ் சுருண்டாள். நான் அறையிலிருந்து இழுத்துச்செல்லப்பட்டேன். அவள் இறந்துபோனாளா? நிச்சயம் இறந்திருக்க வேண்டும். ஆனால் அப்படியில்லாமலிருந்தால்? இங்கிருந்து வெளியேற வேண்டுமானால் நான் உயிரோடு இருக்க வேண்டும். அவளைக் கண்டுபிடிப்பதற்காகவேனும் நான் உயிரோடு இருக்க வேண்டும்.

நான் உரக்கச் சொன்னேன். அவர்கள் அவளைக் கொன்றுவிட்டார்கள். அவர்கள் கொன்றுவிட்டார்களா? அவளை என்ன செய்தார்கள்? யாருக்குத் தெரியும்? யார் அதைப்பற்றிக் கவலைப்படுகிறார்கள்? யாராவது கவலைப்படுகிறார்களா?

நானொரு அபத்தம் நான் வாழவே இல்லை அல்லது வாழ்கிறேனென்றால் சட்டவிரோதமானவள் எனவே தண்டிக்கப்படவேண்டியவள் கொல்லப்படவேண்டியவள் சீனாவிலென்றால் வாழ்ந்து மரணத்துக்குப்பிறகு வண்ணத்துப்பூச்சிகளின் உலகம் சென்றிருப்பேன் எனது நாட்டில் நான் மௌனம் காத்தால்போதும் வார்த்தைகள் அவைகளாகவே மூச்சுத்திணறும் எனது வரலாறு முழுவதும் கிடைமட்ட ரேகைகள்தான் செங்குத்து எவையும் கிடையாது குடும்பத்தில் நான் ஒரு உச்சாணிக்கொம்பின் முக்கியத்தண்டிலிருந்து ஒடிந்துவிழத் தயாராக இருக்கும் மெல்லியக் குச்சி பாலைவன நாடுகளில் என் எலும்புகள் உடைக்கப்படும் மணல் சூறாவளியில் உள்ளிழுத்துச் கொண்டுசெல்லப்படுவேன் இருந்த சுவடே தெரியாமல் மறைவேன் சர்வாதிகாரங்களில் முதலில் நசுக்கப்படுபவள் நானாகத்தான் இருப்பேன் எனது சுதந்திரம் எனது அபத்தம் சமூக உறுதிக்கு ஓர் அச்சுறுத்தல் நான் விமானங்களின் அவசரக் கதவுகளிலிருந்து வானத்தில் மிதப்பேன் கீழேவிழாமல் தடுக்க எந்த பாராசூட்டும் கிடையாது கடல்தான் அதன் கனத்தக் கரங்களில் என்னைத் தாங்கிகொள்ளும் குளிர்நாடுகளில் என்னை ஒரு கலைஞர் என்று அழைப்பார்கள் எனது ஆன்மாவைச் சிடுசிடுப்புக் கிழவன் மெஃபிஸ்டோஃபெலிசிடம் விற்கவேண்டும் நான் எவ்வளவுதான் செய்தாலும் திருப்தி வராது அவனுக்கு வினோதமானவளாக இருப்பேன் ஒரு நாடகப் பிரதி பேரரசின் மையத்தில் ஏற்பின் குஞ்சலங்கள் கட்டி வார்த்தைகளால் என்னை அலங்கரிப்பார்கள் அர்த்தங்களை ஊதி அணைக்கவென ஆய்வுகள் கிளம்பும் பரிசுகளிலிருக்கும் துரோகங்கள் எவ்வளவோ இடங்களில் தடயங்கள் மாற்றப்படும் தொல்லியலாளர்கள் அவற்றை மீள்கட்டுமானம்செய்து வேறு உலகங்களினதாக வடிவமைப்பார்கள் அரசாங்கம் அனுப்பிய யாரோ ஒருவனால் நான் இன்று கொலை செய்யப்பட்டேன்.

தேசி

புகைப்படங்கள் அடங்கிய ஒரு சிறிய பெட்டி, கருப்புவெள்ளைப் படங்கள். அதிலிருப்பவர்கள் யாரென்று தெரியாததால் நான் மெல்லப் புரட்டுகிறேன். ஒரு படத்தின் பின்னணியில் ஒரு வீடு. அது என்னைச் சற்று நிதானிக்கவைக்கிறது. இந்த வீடு எது என்று தெரிந்துவிட்டதாகத் தோன்றுகிறது. அது பல்பரைசோவிலிருக்கிறது. நான் வலையில் தேடுகிறேன். ஆமாம், நெரூதாவின் வீடுதான். அதை மெல்லப் புரட்டுகிறேன். *Cas de Pablo* என்று பென்சிலில் மெல்லியதாக எழுதியிருக்கிறது. அவள் பாப்லோ நெரூதாவைத்தான் சொல்லியிருக்க வேண்டும். அதிலிருக்கும் மனிதர்களைப் பார்க்கிறேன். மெர்சிடிஸ்போலத் தோன்றும் ஒரு பெண், ஆனால் அவளாக இருக்க முடியாது, அப்படியானால் அது யார்? ஒரு குட்டிப் பெண்ணும் படத்தில் இருக்கிறாள்.

நாள் 64

உன் விருப்பம்போல வாழலாம் என்று நினைக்கிறாயா? இப்படித்தான் அவர்கள் கேட்டார்கள். என் விரல்களை ஒடித்த அறைக்கு என்னை அழைத்துச் சென்றார்கள். எனக்கு அந்த அறையைக் கண்டாலே அச்சம் என்பது அவர்களுக்குத் தெரிந்துவிட்டது. நான் நடுங்கிக் கொண்டிருப்பது அவர்களுக்குத் தெரிகிறது. நான் அதைக் கட்டுப்படுத்தப் பார்க்கிறேன். ஆனால் இன்னும் கூடத்தான் செய்கிறது. வெல்வெட் குரலோன் வருகிறான். "இன்றைக்கு என்ன செய்யப்போகிறோம் பார். பயிற்சி." தரையிலிருந்து இரண்டு மீட்டர்மேலே இருக்கும் ஒரு கம்பியைக் காண்பிக்கிறான். கழைக்கூத்துக் கம்புபோலிருக்கிறது. "ஒகே, கன்னம்வரைக்கும் ஒரு பத்துத்தடவை ஏறி இறங்கு" என்றான். ஒரு காவலன் என்னைத் தூக்கினான், என் கைகள் அவையாகவே உயர்ந்தன. எப்படிச் செய்வது என்பதை மறக்கடிக்க முயன்றேன். ஆனால் என் விரல்கள் – வலது கரத்தின் சுண்டுவிரலைத் தவிரப் பிற விரல்கள் – கம்பியைப் பற்றின. உராங்குட்டானிடமிருந்து வந்திருக்க வேண்டும் இந்த நினைவு. அவர்கள் சொன்னதுபோலச் செய்தேன், குறைந்தபட்சம் எனக்குக் கொஞ்சம் பலம் கிடைக்குமல்லவா என்று நினைத்தேன். ஆனால் அப்படியொன்றும் அதிகமாகக் கிடைத்துவிடவில்லை. ஒரு தடவைதான் முடிந்தது, அப்புறம் ஒரு அரை. "செய்" என்றான் அவன், "உன்னால் இன்னும் நன்றாகச் செய்ய முடியும். நீ பஸ்கி செய்வதை நாங்கள் பார்த்திருக்கிறோம்." அதெல்லாம் நீ என் கைகளை நசுக்குவதற்கு முன்னால் என்று கிண்டலாகச் சொல்ல விரும்பினேன். என் உடலுக்கு நினைவிருக்கிறது, செய்யவும் முயல்கிறது. ஆனால் அச்சம் என் பலத்தை எடுத்துக்கொண்டுவிட்டது. நான் தரையில் விழுந்தேன். நாம் அவளுக்கு உதவலாமா? காவலன் சுவர்ப்பக்கமாகப் போய் புல்லியைச் சுற்றிக் கம்பியைக் கீழிறக்கினான். இப்போது அது என் தலையின் மட்டத்தில். "இப்போ செய்" என்றான். "காலைத் தொங்கப்

போட்டு ஆடு." என்ன இது என்று யோசித்தபடியே நின்றிருந்தேன். அவன் என்னைத் தள்ளினான். இன்னும் இரண்டு காவலர்கள் வந்து என்னைத் தூக்கினார்கள். நான் காலை உதைத்தபடி இருந்தேன். ஆனால் அவர்களின் பலத்தோடு என்னால் போட்டிபோட முடியவில்லை. என் முட்டிகள் கம்பியின் மேல்; என்மேல் அவர்களின் பிடி இறுகியது. "குரங்குக் குட்டிக்கரணம்" என்றான் வெல்வெட் குரலோன். ஒருவன் என் வலதுகரத்தைப் பிடித்துக் கம்பியின் கீழாகக் கொண்டுவந்து என் முழங்கால் பக்கமாகச் சுழற்றினான். இடதுகையை அதனோடு கொண்டுவந்தான். என் மணிக்கட்டுகள் இரண்டையும் கட்டினான். வெட்டப்போகும் ஆடு ஒருவிதத்திலும் தப்பிப்போகாதவாறு என் அப்பா கட்டுவது ஞாபகத்துக்கு வந்தது. மூன்று கால்களைக் கட்டு. இங்கே நான் மணிக்கட்டுக்கள் கட்டப்பட்டிருக்கிறேன். என் முழங்கால்கள் என் கைகளின் கீழ். கரங்களோ கம்பியில். தப்பிக்கமுடியாது. என் உள்ளங்கையில் கம்பி இறுக்கி அழுத்துகிறது. நான் முயன்று உடலை நேராக்க வேண்டும். நான் எவ்வளவு நேரம்தான் வயிற்றின் பிடியில் இருப்பேன். என் மணிக்கட்டுகள் எவ்வளவு நேரம் பிடித்துக்கொண்டிருக்கும்? இப்படி நான் யோசித்துக்கொண்டிருக்கும்போதே கம்பி மேலே தூக்கப்படுகிறது. அதன் ஆட்டத்தில் எனக்கு வலி உயிர்போகிறது. முட்டின் பின்பகுதியில் கம்பி குத்துகிறது. என்னை அது கீழே தள்ளுகிறது, புவியீர்ப்புவிசையும் இந்தச் சித்திரவதைக்கு உடந்தை. என் மணிக்கட்டுகள் கழல்கின்றன. என் முன்கை கிழிந்துகொண்டுவருகிறது. என்னால் பிடிக்க முடியவில்லை. தாங்க முடியவில்லை. என் உடல் சரிந்துவிழுவதை உணர்கிறேன். பலவீனம் என்னைப் பிளக்கிறது. கண்ணீர் என் நெற்றியில் வழிந்தோடுகிறது. வெல்வெட் குரல் மறைகிறது. அவன் என் சாகச நிகழ்ச்சி ஒன்றைப் பற்றி ஏதோ சொல்கிறான். ஆனால் உன் சிறந்த விளையாட்டு இனிதான் வரப்போகிறது என்கிறான்.

தேசி

ஆண்கள் எல்லோரும் காட்டுமிராண்டிகள். பெண்கள் எல்லோரும் பறவைகள். உண்மைதான். கிரேக்கக் கதைகளைப் படித்துப்பார்த்தால் தெரிகிறது. கேத்தின் காகிதங்களைப் படிப்பதற்கு முன்னால் இதுபற்றி எனக்கு எதுவுமே தெரியாது. எனக்குப் பிடித்த பெண், பறவையல்ல; அவள் ஓர் அரக்கி: எக்கேட்னா. ஆஸ்திரேலிய முள்ளம்பன்றிக்கு எக்கேட்னா என்று பெயர்சூட்டிய விலங்கியலாளருக்கு அன்றைக்கு நாள் சரியில்லாமல் இருந்திருக்க வேண்டும். நான் முள்ளம்பன்றி ஒன்றை ஒரு நாள் பார்த்தேன்; குட்டி எக்கேட்னா, அதன் செவிள்களைச் சுற்றிலும் மென்மையாக இருந்தது. எக்கேட்னாவைத் தூக்கியிருக்கிறீர்களா? குட்டிகள் அவ்வளவு கரடுமுரடாக இருக்காது, ஆனால் வளர்ந்தவை அப்படியல்ல. உடல்முழுதும் குத்தும் முட்கள். ஓர் எக்கேட்னாவுக்கு எவ்வளவு வயது என்று எப்படிக் கண்டுபிடிப்பது? கிரேக்க எக்கேட்னா வயதற்றவள், சாவற்றவள். ஒரு எக்கேட்னாவை முத்தமிட்டுப் பாருங்களேன். ஆனால் யாரோ முத்தமிட்டிருக்கிறார்கள்; ஏனென்றால் அவள் இரண்டு நாய்களைப் பெற்றெடுத்தாள்: ஆர்தஸும் செரிபெரஸும். அவைகளோடு பல தலைகொண்ட ஹைட்ராவையும். அத்தனை முள்களைப் பார்த்தால் வாய்நிறையக் கூரிய பற்களோ அல்லது கழுத்தைச் சுற்றித் தலைகளோ வேண்டுமென்று நமக்குத் தோன்றும். அதுவும் குறிப்பாக அவள் உங்களின் தாயாக இருப்பாரென்றால். கலவை உடலுள்ள குழந்தைகளைப் பெறுவது அந்தக் குடும்ப மரபு போலிருக்கிறது. ஏனென்றால் ஹைட்ரா, சிங்கத் தலையும் ஆட்டின் உடலும் பாம்பின் வாலும் கொண்ட ஒரு டிராகனை, காய்மேராவைப் பெற்றெடுத்தாள். புராதன எக்கேட்னா முட்டைகூட இட்டிருக்கலாம். இப்போது டாக்டர் போகன் என்னையும் ஓர் எக்கேட்னாவாக மாற்றி, முட்டைபோட வைத்து, காய்மேராக்களையும் பிற உயிர்த்தொழில்நுட்ப அதிசயங்களையும் உருவாக்கப் போகிறார். இருக்கிற முட்டையெல்லாம் அவருக்காகப் போட

எனக்கு விருப்பமிருக்கிறதா என்று கேட்கக்கூட அவருக்கு அவகாசம் இல்லை. எக்கேட்டினாக்களே ஒன்றுகூடுங்கள். உங்கள் முட்டைகளை யாருக்கும் வழங்காதீர்கள். அல்லது இவர்களைச் சரிக்கட்ட எங்கள் உறவினள் ஸ்டைக்ஸை அனுப்புவோம். பட்டுக் கைக்குட்டையோடிருக்கும் ஒரு குண்டனைப்போல அமைதியாகத்தான் அவள் இருப்பாள். காலையில் விழித்துப் பார்த்தால் கடலின் அந்தக் கரையிலிருப்பீர்கள்; வீட்டுக்குத் திரும்பவே முடியாது.

நாள் 68

நான் எவற்றையெல்லாம் நேசிக்கிறேனோ அவை யெல்லாம் எனக்கு எதிராகப் பயன்படுத்தப்படுகின்றன. ஒரு பழைய இறைச்சித்துண்டைப்போல என்னைக் கட்டித் தொங்கவிட்டிருக்கிறார்கள். இனானா சடங்கு தவறாகப் போய்கொண்டிருக்கிறது. இந்தக் கடவுள், எதுவும் செய்யத் தயங்காத வெல்வெட் குரலோன், இந்தப் பாதாள உலகத்துப் பயங்கரத்திலிருந்து என்னை மீளவிடமாட்டான். இறந்த உடல்களைக்கூட மென்மையாகக் கையாள்வதைப் பார்த்திருக்கிறேன். நான் எவ்வளவு காலம் இங்கிருக்கிறேன் என்று எனக்குத் தெரியவில்லை. எனது விளையாட்டுப்பற்றி அவன் பேசிச்சென்ற பிறகு என் தலையில் கடினமான உலோகச் சத்தம் இடித்துக்கொண்டே இருக்கிறது. காலம் மீண்டும் எதிரியாக மாறுகிறது. முடிவேயற்றதாகிவிட்டது காலம். வலியின் நிரந்தரத்துவம். நான் வெற்றிபெற்றுவிட்டால்தான் என்ன பயன்? இதற்கெல்லாம் என்ன பயன்? இது ஒரு தண்டனை அரசாட்சி. அவர்கள் என்ன செய்கிறார்கள் என்பதை நான் உணர்ந்துகொண்டுவிட்டேன் என்பது தெரிந்ததும் அவன் கண்களில் சந்தோஷ மின்னல்கள். “குரங்குக் குட்டிக்கரணம்” என்றான் மீண்டும். “உனக்குப் பிடித்த ஆட்டமாமே, கேள்விப்பட்டேன்.” மாட்டேன். ஒருபோதும் மாட்டேன். எவ்வளவு விரைவாக முடியுமோ அவ்வளவு விரைவாகச் சட்டென்று செய்துவிட வேண்டும். அதில் இருந்துகொண்டே இருக்கக் கூடாது. ஒருபோதும் கூடாது.

வலி எனக்குள்ளே விரிகிறது. என் தோள்களில் சுளுக்குப் பிடித்துவிட்டது. என் முன்கைகளில் உரசல்கள் கோடிட்டிருக்கின்றன. என் உடலை நிலைநிறுத்துவதற்காக முயன்று முயன்று என் வயிறு சுருண்டுவிட்டது. என் மணிக்கட்டுகள் வலியால் தெறித்துக்கொண்டிருக்கின்றன. என் முழங்காலின் பின்பகுதி தொய்ந்து கன்றிப்போயிருக்கிறது, தலை வலித்துக்கொண்டே இருக்கிறது. இனி அடுத்தது அவர்கள் என்ன செய்யப்போகிறார்கள்? என்மீது மின்சாரம் பாய்ச்சுவார்களா?

தேசி

என் கண்கள் இரண்டும் பிதுங்கி வெளியே வந்து விட்டன. தேசிய திரைப்படம் – ஒலிக்கான காப்பகத்தில் மெர்சிடிஸ் பற்றி ஏதாவது கிடைத்துவிடாதா என்று சல்லடை போட்டுத் தேடிக்கொண்டிருந்தேன். ஆரம்பகாலத்தில் திரைப்படமெடுத்தவர்கள் குழம்பி இருந்தார்கள். கதையென்று எதுவுமில்லை; விதிவிலக்காக மெர்சிடிஸ். அவரது கதைகள் லத்தீன் அமெரிக்காவைப் பற்றிய குறிப்புகளால் நிரம்பியிருந்தன; நம்பிக்கைகளைத் தொடர்ந்துவந்த பயங்கரங்களும். கருப்பு வெள்ளையில் ஒரு சின்ன ஷாட். ஒரு குறுகிய சந்தில் பெண்கள் டாங்கோ நடனம் ஆடிக்கொண்டிருக்கிறார்கள். அவர்களின் உடல்கள் நெருக்கமாகத் தொட்டுக்கொண்டு இருக்கின்றன. இந்தக் காட்சியின் இடையில் ஒரு தனி ஷாட் ஒலியோடு ஓடுகிறது. ஒரு பெண் சரிகிறாள், அவளது காதலியின் கரங்கள் அவளைத் தாங்கிப்பிடிக்கின்றன. அப்படியே காட்சி உறைகிறது, இந்தப் பிரபஞ்சமே ஸ்தம்பித்துவிட்டதுபோல. அடுத்தகணம் பெண்கள் சிதறியடித்துக்கொண்டு எல்லாத் திசைகளிலும் ஓடுகிறார்கள். பெருவெடிப்பைக் காட்சிப்படுத்துவதுபோல இருக்கிறது. அந்த ஓட்டத்துக்குப் பிறகு காட்சி இருளில் கரைகிறது.

1977இல் எடுக்கப்பட்டதாக அதிலிருக்கும் வருடம் சொல்கிறது. மெர்சிடிஸ் அதற்கு முந்தைய வருடம் இங்கே வந்தார். பெண்களின் ஒரு கூட்டம் திரைப்படக் கருவிகளோடு ஒரு வேனின் பின்புறத்தில் நிற்பதைக் காட்சிப்படுத்தும் சுவரொட்டிகள் இருக்கின்றன. பழைய பாணியிலான முரட்டுப் புகைப்படக் கருவிகளும் ஒலியைப் பதிவுசெய்யும் கருவிகளும் இருக்கின்றன. இரண்டாம் கையாக வாங்கியிருக்க வேண்டும், அவர்கள் இவற்றை.

என் பாட்டி காஸண்ட்ராவும் படங்கள் எடுத்திருக்கிறார். நிறைய அல்ல. 16 எம். எம். கேமராவில் எடுக்கப்பட்ட, வீட்டில் பார்ப்பதற்கான படங்கள். கேத்தின் வழியே அந்தக் கேமரா எனக்கு வந்தது. அந்தக் காலத்துக்கு(1934) அது சின்னதுதான்; அவ்வளவு கனமாகவும் இல்லை.

நாள் 69

எனக்கு வீட்டுக்குப் போக வேண்டும். மெர்சிடிஸுக்கு என்னவாயிற்று என்று தெரிந்துகொள்ள வேண்டும். எனக்கு உலகம் வேண்டும். வலி நிரம்பிய இரவுகளைத் தாண்டி ஏதோ எனக்கு வேண்டும். மூத்திர நெடியை விடவும் வேறு ஏதோ என் நாசிக்கு வேண்டும். இதை எப்படி அவர்கள் இல்லாமல் செய்வார்கள்? சரி, மேலே தொடரலாம் என்று சொல்லுபவர்கள் யார்? எவரின் அதிகாரக் கட்டளையில் நான் இங்கே வைக்கப்பட்டிருக்கிறேன்? மெர்சிடிஸ் எங்கே? கண்டுபிடித்துவிடக் கூடாதென்று எங்காவது அவளைப் புதைத்துவிட்டார்களா? இவ்வளவு தூரம் விஷயங்கள் போகும்படிக்கு அந்தத் தாள்களில் என்னதான் இருந்தது? பெரிய அறிவிப்பு எதுவும் இல்லை; ஆனால் வெறுப்பையுமிழும் நிகழ்ச்சிகள் கொஞ்சம் கொஞ்சமாக நடந்துகொண்டிருக்கின்றன. நாளுக்குநாள் மக்கள், தங்களின் வெறுப்பை ரொம்பவும் சுதந்திரமாகத் தெரிவிக்கலாம் என்று உணர்வதுபோலத் தோன்றுகிறது. தங்கள் வெறுப்புக்கு பைபிளை ஆதரவுக்கு அழைக்கும் அரசியல்வாதிகள் கொண்டாடப்படுகிறார்கள். அது மட்டுமல்ல, அவர்கள் தேர்ந்தெடுக்கவும் படுகிறார்கள். எங்களின் நேர்மைமீது விழும் இந்த ஆயிரம் வெட்டுகளைப்பற்றி எங்களில் சிலரே பேசுகிறோம். நான் சிறுபத்திரிகைகளில் எழுதினேன். வெகுஜனப் பத்திரிகைகள் நான் சொல்வதற்கு ஏதாவது பொருத்தம் இருப்பதாக நினைக்கவில்லை. சோசலிஸ்டுகளும் தாராளவாதிகளும், பழமைவாதிகளும் அடிப்படைவாதிகளும் எல்லாம் ஒரு விஷயத்தில் ஒற்றுமை யாக இருக்கிறார்கள். அவர்களுக்கு எங்களின் வாக்குத் தேவையில்லை. உண்மையிலேயே அவர்கள் அதை விரும்பவில்லை. எங்களோடு எந்த விஷயத்திலும் சகவாசம் வைத்துக்கொள்ள விரும்பவில்லை. யூத லெஸ்பியன்கள், தீவிரப் பெண்ணியலாளர்கள், வன்முறைக்கு எதிராக இயங்கிவரும் பெண்கள் இவர்களின் சின்னக் கூக்குரலுக்கு எந்த

விளைவுமில்லை. யாரும் செவிமடுக்கவுமில்லை. இந்த நிலைமையைப்பற்றி உரையாடுவதற்காக நாங்கள் குழுமினோம். ஆனால் நாங்கள் கொஞ்சம் பேர்தான், பொதுவெளியில் ஏதாவது செய்ய வேண்டும் என்று நினைத்தோம். கடந்துபோவோரிடம் எங்களின் அச்சத்தை உரக்கச் சொல்ல வேண்டும். அந்த நாளில் – எவ்வளவு காலமாகிவிட்டது – நூறோ நூற்றுக்கு மேற்பட்டோரோ அங்கே வந்துசேர்ந்தோம். எங்களின் பதாகைகள் உரக்கச் சொல்லின: **அவர்கள் ஏன் எங்களைப் பார்த்துப் பயப்படுகிறார்கள் என்பது லெஸ்பியன்களுக்குத் தெரியும். லெஸ்பியன்கள் எல்லா இடத்திலும் இருக்கிறார்கள். உங்கள் குடும்பத்திலும் இருக்கலாம். லெஸ்பியனாக இருப்பதில் பெருமை கொள்கிறோம். லெஸ்பியன்களுக்கு எதிரான வன்முறையை நிறுத்துங்கள். இன்றே ஒரு லெஸ்பியனை நேசியுங்கள்.** ஒன்றுமே நடக்கவில்லை. சும்மா நின்றுகொண்டிருந்த போலீஸ் எங்களைப் படம் மட்டும் எடுத்தது. தெருவைக் கடப்பவர்கள் தெருவைக் கடந்தார்கள். அன்றிரவு செய்தியிலும் இதைப்பற்றி ஒன்றுமில்லை. எங்களுக்கு ஆச்சரியமாகவும் புதிராகவும் இருந்தது. திரும்பவும் அதைச் செய்ய வேண்டுமா? நாங்கள், மறைவாக இருக்கும் ஒரு எதிரியிடமிருந்து நழுவ முயல்வதுபோல அந்த வாரம் முழுவதிலும் நடந்துசென்றோம். எங்களைத் தவிர யாருமே அந்த ஆர்ப்பாட்டத்தைப் பற்றிப் பேசவில்லை. நாங்கள் நிம்மதியாக உறங்கத் துவங்கிய ஒரு வாரத்திற்குப் பின் அவர்கள் வந்தார்கள். எங்களைத் தாக்கி, ஓர் இரவில் என்னை இங்கே கொண்டுவந்தார்கள். அந்த இரவில்... நான் காணாமல்போய்விட்டேன் என்று யாருக்காவது தெரியுமா? இந்த மௌனமே எங்களைக் கொன்றுவிடுமா?

தேசி

அந்தக் கரும்பொருள் பார்வைக்குப் புலப்படாதது. கண்ணுக்குத் தெரியாதது என்றாலும் அது வெளியை நிறைத்திருக்கிறது. ஆட்கள் நிறைந்த ஓர் அறையில் இருக்கும் ஒரு லெஸ்பியனைப்போல. அவளும் இடத்தை நிறைக்கிறாள். யாருக்கும் அவள் தெரிவாள். கண்ணில் படவும் செய்வாள், ஆனால் படாமலுமிருப்பாள். திருமதி. கார்டினரைப்போல. நம்மைச் சுற்றிலும் கரும்பொருள் இருப்பதாக அறிவியலாளர்கள் சொல்கிறார்கள். சாதாரணப் பொருளின் சக்தி கரும்பொருளின் சக்தியைவிட ஐந்து மடங்கு குறைவு என்றும் சொல்கிறார்கள். அவை ஒன்றும் இல்லாமல் போய்விடவில்லை, அதன்மீது யாரும் கவனம் செலுத்துவதில்லை, அவ்வளவுதான். சமூகத்தின் பாராமுகம்.

லெஸ்பியன்கள் உருவாக்கும் தாக்கம்மிக்க பிளப்பு மற்றொரு விஷயம். அவர்களால் பூமியைப் பக்கவாட்டில் இடிக்க முடியும். நேர்கோடான வாழ்வில் குழப்பங்களை உருவாக்க முடியும்.

அறிவியலாளர்கள், பிரபஞ்சத்தில் கரும்பொருள் எவ்வளவு இருக்கிறதென்று அளக்க முயல்கிறார்கள். நான் லெஸ்பியன்களின் எண்ணிக்கையைத் தெரிந்துகொள்ள விரும்புகிறேன். இரண்டுமே ஒரேபோலப் பிடிபடாதவை தான். ஒரு லெஸ்பியனை எப்படிக் கண்டுபிடிப்பது? லெஸ்பியன்களிடம்தான் அதுக்கேற்ற சரியான உணர் கொம்புகள் இருக்கின்றன. நாம் யாரையாவது அப்படிச் சொன்னால் நிச்சயம் உங்கள் அளவீடு ஒருதலைப்பட்சமாக இருக்கும். வேறு ஒரு விஷயத்தில் இந்தப் பட்சத்தை யாரும் அறிந்துகொண்டதாகத் தோன்றவில்லை. அதாவது,

இருபாலிணையர்கள் எப்போதுமே அப்பாலிணையர்களை அளவெடுக்கிறார்கள் என்பதையும் அதைச் செய்கிறோம் என்றுகூட அவர்களுக்குத் தெரியவில்லை என்பதையும். ஓ, ஓர் விளிம்புநிலைக் குரலாக இருப்பதனால் உண்டாகும் ஏமாற்றங்கள்! ஊர்ட் மேகங்களில் என் தலையை வைத்துக்கொண்டு வெளியேறிவிட வேண்டும், எதையுமே பார்க்கக் கூடாது என்று நினைக்கிறேன். நான் எரிஸைப் போல ஆகப்போகிறேன், மேல்புறத்தில் மோதல்களை உருவாக்குவேன்.

நாள் 70

அற்புதமாக இருந்தது. புயல். தலைக்கு மேலே தடதடவென இடிக்கும் ஓசையுடன் பெரும் புயல். ஒரேமாதிரியான சலிப்பான நாட்களிலிருந்து இடைவெளி கிடைத்ததால் நான் ஆரவாரித்தேன். இந்தக் கொடிய சுவர்கள் அதிர ஒலித்தஒவ்வொருஇடியோசைக்கும்நான் ஆரவாரித்தேன். எல்லா விளக்குகளும் அணைந்துபோனபோது நான் மீண்டும் ஆரவாரித்தேன். புதுப்பித்துக்கொண்டதைப்போல உணர்ந்தேன். நடைவழியில் அவர்கள் ஓடும் காலடியோசைகள் கேட்டன. அவர்கள் குழம்பிவிட்டார்கள் போலிருக்கிறது. அதன் எதிர்பாராத் தன்மையால். தங்களால் எல்லாவற்றையும் அடக்கியாள முடியும் என நம்பியிருந்தார்கள், ஆனால் அவர்களால் இயற்கையை அடக்க முடியவில்லையே. இயற்கை அன்னையே, இயற்கைச் சகோதரியே, நன்றி.

பாலியல் வன்புணர்வு. அப்போது நான் அதைப் பாலியல் வன்புணர்வு என அழைக்கவில்லை. அதை முட்டாள்த்தனம் என அழைத்தேன். ஆனால் உண்மையில் அது பாலியல் வன்புணர்வுதான். ஒரு ட்ரக்கின் பின்புறத்தில் நடந்த பாலியல் வன்புணர்வு. எனது நிழல்போல் அது என்னோடு ஒட்டிக்கொண்டிருக்கிறது, மெதுவாக அடித்துக்கொள்ளும் கரும் சிறகுகளைப்போல. நான் திரும்புகிறேன், சிறகுகள் நகர்ந்துவிட்டதைப் போலிருக்கிறது, ஆனால் அவை விட்டுவிலகுவதேயில்லை. அவை மௌனமான சிறகுகள். இருட்டை எதிர்க்கும் இருள். அவருக்கொரு புனைப்பெயர் இருந்தது. ஃபோட்டோஸ்கி. அவர் போலந்துக்காரரா? அவரை வேறெந்தப் பெயராலும் எவரும் அழைத்ததேயில்லை. எனக்கு பனிரெண்டு வயதிருக்கும்போது அவரைச் சந்தித்தேன். நாளாந்திரச் சலுகைப் பயணச்சீட்டுகளுக்காக அவர் போட்டோக்கள் எடுத்தார். அவர் தாடியில் பட்டும்படாமலும் உறைபனி படிந்திருந்தது. என் கற்பனை சூடுபிடித்தது. பனிபடர்ந்த நாட்டில் வாழ்வதாக, பனிபடர்ந்த வயல்களில் வேலை செய்வதாக. இது என்னுடைய இளவயதுக் கனவு. எனவே ஐந்து வருடங்கள் கழித்து நாங்கள் அடிக்கடி செல்லும் பப்பில் அவரை மீண்டும் சந்தித்தபோது, நான் உடனே அவரை அடையாளம் கண்டுகொண்டேன், அவரது பெயரில் இருந்த புத்திசாலித்தனம் நினைவுக்கு வந்தது. ஆனால் அந்த இரவு எனக்கு அவ்வளவு ஞாபகத்தில் இல்லை. ஒருவேளை அதே குழுவோடு நாங்கள் பலமுறை குடித்ததால் இருக்கலாம். நடந்துபோகும் தூரம்தான் வீடு, ஆனால் அவர் என்னை வண்டியில் கொண்டுவிடுவதாகச் சொன்னார். நானும் ஏறிக்கொண்டேன். என் வீட்டுக்கு அருகிலிருந்த சதுக்கத்திற்குச் செல்லும்போது ட்ரக்கின் பின்புறத்திற்கு என்னை அழைத்தார். பனிபடர்ந்த வயல்களில் நீண்டநாட்கள் தங்கியிருந்த அனுபவம்கொண்ட இம்மனிதரின் மேலெழுந்த ஏதோவொருவித ஆர்வத்தால் நானும் பின்னால் ஏறிக்கொண்டேன். இருட்டாக இருந்தது, எனவே அவர் டார்ச்சை இயக்கினார். எப்படித் தொடங்கியது என எனக்கு நினைவில்லை, பாலியல் வன்புணர்வு மட்டுமே எனக்கு நினைவிருக்கிறது. என் முதுகுத்தண்டு மெத்தையை அழுத்தியது. மேலே தெரிந்த ட்ரக்கின் கூரை என்னைப் பயமுறுத்தியது. ஏதோவொரு கட்டத்தில் டார்ச் அணைந்துபோனது.

வேண்டாம், வேண்டாம், வேண்டாம் என்கிறேன் நான். அவர் கேட்கவேயில்லை, அவர் பேசவேயில்லை. என்னைப் பலவந்தப்படுத்துகிறார். என் கைகளை ட்ரக்கின்மீது வைத்து அழுத்துகிறார். ட்ரக்கில் இருந்து இறங்கியபோது நான் அழுதுகொண்டிருந்தேன். சுவரை நோக்கிச் சென்றேன், அங்கேயே நின்றுகொண்டேன். சும்மாவே நின்றிருந்தேன். அவரது ட்ரக் தெருவிற்குள் செல்வதையே பார்த்துக்கொண்டிருந்தேன். சுவரில் சாய்ந்துகொள்கிறேன். நான் கலைந்திருந்தேன். என் உடைகளைச் சரிசெய்துகொண்டேன். நீரூற்றில் முகத்தைக் கழுவிக்கொண்டேன். உள்ளே போவதற்கு முன் இருபது நிமிடங்கள் தோட்டத்திலேயே உட்கார்ந்திருந்தேன். அங்கு யாருமே இல்லை.

ஃபோட்டோஸ்கியைப் பற்றி நான் யாரிடமும் சொல்லவில்லை. யாரிடமும். என் உயிர்த்தோழியிடம்கூட. அனைத்தையும் பகிர்ந்து கொள்பவர்கள் நாங்கள். அவள் அன்றைய இரவு சீக்கிரமாகவே சென்றுவிட்டிருந்தாள். அந்த நினைவையே தூரத்தள்ளினேன். அதை நினைத்துப்பார்க்க மறுத்தேன். இருந்தாலும், மறுநாள் காலையில் என் வீட்டு ஜன்னல் வழியே ட்ரக் நிறுத்தப்பட்ட இடத்தைப் பார்த்தேன் என்பது நினைவிருக்கிறது. நினைவு வந்ததும் பார்வையைத் திருப்பிக்கொள்கிறேன். காலையுணவைச் சாப்பிட்டேன், அதை மறந்துவிட முனைந்தேன். பலவருடங்கள் கழித்து, கடைசியாக மெர்சிடிசிடம் அதைக் கூறினேன்.

நாள் 71

இழையுடல் பேய்கள் வந்த அன்று பாலியல் வன்புணர்வு நடந்தது. அவர்கள் என்னைக் கொடூரமாகத் தாக்கிய அன்று. அவர்கள் என்னை வன்புணர்ந்தார்கள். வெல்வெட் குரலோன் பார்த்துக்கொண்டிருந்தான். மற்றவர்கள் என்மீது ஏறுவதைப் பார்த்துக்கொண்டிருந்தான். ஒவ்வொருவனும் என்னைக் குத்தினான், கடித்தான், உடல் எடையை என்மீது அழுத்தினான். ஒவ்வொருவனும் தனித் தனியாக என்னைத் தண்டித்தான். "கொம்மாளவோக்கற பொட்டைநாயே", "நல்லவமாதிரி நடிக்கிற தேவிடியா". வெறுப்பில் அவர்கள் உமிழ்ந்த வார்த்தைகள். அவர்களின் வெறுப்பு என்னைத் துளைத்தது. அவர்களுக்கோ ஒரே குதூகலம். ஊளையிட்டார்கள், ஒருவரையொருவர் உசுப்பேற்றிக்கொண்டார்கள். "எவ்ளோ நாள் ஆச்சு?" "நீதான் எங்களுக்கு நன்றி சொல்லணும். இதுதான் உனக்குத் தேவை. இது உன்னை ஒரு நிஜப் பெண்ணாக்கிடும்." "ரொம்ப நாட்களுக்கு முன்னமே உன்னை யாராவது இப்படிக் குணப்படுத்தி இருக்கணும்டி." நியாய உணர்வால் அவர்கள் நிரம்பிப் போயிருந்தார்கள், எது சரி என்ற உண்மை உணர்வால். பெண்கள் மீதான அவர்களின் உரிமை என்பது அவர்களின் மதம். "இதுதான் வழக்கம்" என்கிறார்கள். "இப்படித்தான் கடவுள் எங்களைப் படைத்திருக்கிறார்." இவர்கள் மூடர்கள். இவர்களுக்கு மூளையில்லை என்பதால் அல்ல, இந்தப் பிரபஞ்சத்தின் மையப்புள்ளி இவர்கள் கிடையாது என்பதை இவர்கள் உணரவேயில்லை என்பதால். இவர்களின் செயல்கள் உண்டாக்கும் தாக்கங்களுக்கான பொறுப்பை இவர்கள் ஏற்றுக்கொண்டதேயில்லை.

அன்று முழுதும் ஒரே வலி. ட்ரபீஸ் சித்திரவதையைத் தொடர்ந்துவந்த நாட்கள் என்னைச் சிதைத்துவிட்டன. ஆனால் இடி என்னைச் சுத்தப்படுத்திவிட்டது. உலகத்துக்குப் புத்துணர்ச்சியை ஊட்டிவிட்டது.

நாள் 78

இன்று விசாரணை தொடர்ந்தது. விளக்குகள் எரிந்தன, நான் வாளியில் சிறுநீர் கழிப்பதற்கு முன்னரே அவர்கள் உள்ளே வந்துவிட்டார்கள். இது வேறு அறை. திரைச்சீலையுடன் கூடிய அறை. "இந்தப் பெண்களெல்லாம் யார்?" எனக் குரைத்தார்கள். என் கண்ணெதிரே தொடர்ச்சியாகப் பல முகங்கள் காட்டப்பட்டன. நான் அவர்களை அடையாளம் காண முயலவில்லை. புகைப்படங்கள் நகர்ந்துகொண்டேயிருக்க, நான் என் கண்களில் எந்த உணர்ச்சியையும் காட்டவில்லை. மெர்சிடிசின் முகத்தை அவர்கள் காட்டும்வரை. "யாரிவள்?" தெரியாது எனத் தலையாட்டினேன். "யாரிவள்?" மீண்டும் கேட்ட ஒரு காவலன் என் கழுத்தின் பின்பகுதியைப் பிடித்து நெரித்தான். நான் மௌனமாக இருந்தேன். அவள் யாரென்பதை அவர்கள் நன்கு அறிவார்கள். பிறகெதற்குக் கேட்கிறார்கள்? "அவள் இறந்துவிட்டாள்" என்றேன். அதுவரை நான் சேர்த்துவைத்திருந்த மொத்தக் கண்ணீரும் என் கண்களில் இருந்து வழியத் துவங்கியது.

நாள் தெரியவில்லை

பிறகு அவர்கள் என்னை விடுவித்தார்கள், எதிர்பாராத விதமாக நான் வெளியே வந்தேன். நான் தொலைந்து போயிருந்தேன். நான் உடைந்துபோயிருந்தேன். என் சித்தி கூறும் அந்தச் சிறு பொம்மையைப்போலே. அந்தச் சின்னஞ்சிறு பாவப்பட்ட செல்ல பொம்மை. குப்பையில் வீசப்பட்டுவிட்ட பொம்மை, வாழ்க்கையைக் கேள்வி கேட்கிறது, அன்பைக் கேள்வி கேட்கிறது, அன்பிற்கு ஏதேனும் பங்கிருக்கிறதா எனக் கேட்கிறது. உன்னால் பதில் சொல்ல முடியுமா, மெர்சிடிஸ்? அன்புக்குப் பங்கிருக்கிறதா? அல்லது ஒழிந்துபோய்விட்டதா? அப்படி ஒழிந்திருந்தால் தயவுசெய்து என்னிடம் அதைச் சொல்லாதே. என்னால் அதைத் தாங்கிகொள்ள முடியுமா என்று தெரியவில்லை. உன்மீதான என்னுடைய ஏக்கம்தான் என்னை உயிரோடு வைத்திருக்கிறது.

தேசி

முகமூடிகள். பல்வேறு பகுதிகளைச் சேர்ந்த முக மூடிகள். கேத் அவற்றை விரும்பியிருப்பார். இந்தியாவிலிருந்தும் இத்தாலியில் இருந்தும் பசு முகமூடிகள் வந்திருந்தன. இருந்தவைகளிலேயே தென் அமெரிக்காவுடையவைதான் ரொம்ப வண்ணமயமாக இருந்தன. அவை எனக்குக் கிரேக்க நாடகத்தை, முகமூடியணிந்த நடிகரை நினைவூட்டியது. அல்லது முகமூடிகளின் பின் ஒளிந்துகொண்டு வேறொருவராக நாம் நடிக்கும் குழந்தைகளின் பார்ட்டிகளை. நாம் வேடிக்கைக்காகவும் பாதுகாப்புக்காகவும் மறைந்துகொள்வதற்காகவும் உளவு பார்ப்பதற்காகவும் முகமூடிகள் அணிகிறோம். நாம் நூற்றாண்டுகளாக விலங்கு முகமூடிகளை அணிகிறோம். இந்தப் பசு முகமூடிகள் என்னையும் எகேத்தரீனாவின் ஆவியையும் இந்தப் பக்கங்களில் காப்பாற்றுகின்றன. அவள் பூஸ்ட்ரோபெடன் நடை பயிலட்டும், முன்னும் பின்னுமாக.

பெண்களின் ரகசியச் சந்திப்புகளைப்போல. புயனஸ் ஏரீஸின் சுவர்க்கல்லறைகளாகிய கேட்டகம்பாக்கள், தாங்கள் சுதந்திரமாக இருப்பதற்காக அரசாங்கத்திற்கு நிதிகொடுக்க மறுத்த பெண்ணியவாதிகள். பெண்கள் ரகசியமாக அவரவர் வீடுகளிலோ கஃபேக்களிலோ பார்களிலோ குழுமிச் சந்தித்துக்கொண்டார்கள், வெளிப்படையாகச் சந்தித்து வாய்வார்த்தையாகவும் ரகசியங்கள் கடத்தப்பட்டன.

யார் எங்கள் முகமூடிகளை அகற்றுவர்?

நாள் தெரியவில்லை

என்னால் செய்யக்கூடிய ஏதோவொன்று கட்டாயம் இருக்கும். நான் இப்போது வெளியே வந்துவிட்டேன், தள்ளாடுகிறேன். சுவர்கள் எனக்கொரு வடிவத்தைத் தந்தன. அவர்கள் செய்ததும்தான். என்னால் அவர்களை வெறுக்க முடியும். அல்லது அவர்களை விடவும் நான் மேலானவள் என எனக்கு நானே சொல்லிக்கொள்ள முடியும். அவர்கள் அளவுக்கு மோசமாக நடந்துகொள்ள மாட்டேன் எனவும்.

ஏன் என்னை விட்டுவிட்டார்கள் என்று எனக்குத் தெரியவில்லை. காரணங்கள் தீர்ந்துபோனதாலா? சிறுநகரமொன்றின் ஓரத்தில் என்னை அம்போவென விட்டுச்சென்றனர். அச்சிறுநகரம் யாரும் என்னைக் கண்டுகொள்ள முடியாத அளவு பெரியது. முக்கியத்துவம் இல்லாத அளவு சிறியது. எனவே வந்த சுவடு தெரியாமல் இறக்கிவிடப்பட்டேன். யாரை போன் செய்து அழைப்பது என்று எனக்குத் தெரியவில்லை. மெர்சிடிசும் இறந்துவிட்டதால் நான் எங்கு செல்வது? சாலையில் கைகாட்டினேன், ஒரு பெண்மணி வண்டியை நிறுத்தியதும் அதில் ஏறிக்கொண்டு ஆசுவாசமாக மூச்சுவிட்டேன்.

"நகரத்துக்கா போகிறீர்கள்?"

ஆம் என முணுமுணுத்தேன், எனக்குப் பேச்சே மறந்துபோய்விட்டது. அவளுக்குச் சொல்வதற்கு நிறைய இருந்தன; எனவே பயணம் அவ்வளவு அமைதியாக இருக்க வில்லை. என்னை வடக்கு மெல்போர்னில் இறக்கிவிட்டபோது அவளைப் பார்த்து லேசாகப் புன்னகைத்தேன்.

நடந்தேன், நடந்தேன், நடந்துகொண்டே இருந்தேன் என் கால்கள் துவளும்வரை. எனக்கிருந்த சோர்வில், டிக்கெட் பரிசோதகர் வந்தால் என்ன செய்வது என்றெல்லாம் யோசிக்காமல், சிட்னி ரோட் ஹில் செல்லும் ட்ராம் வண்டியில் ஏறிக்கொண்டேன்.

டின்னிங் தெருவில் இருந்த வீட்டிற்குச் சென்றேன், இருக்கும் இடம் தெரியாமல் இருந்துகொண்டேன். கடந்த இரண்டரை மாதங்களுக்குள் எப்போதோ யாரோ வந்து அறையைச் சுத்தம் செய்திருக்கிறார்கள், உடைந்துபோன நாற்காலிகளையும் மேசையையும் வெளியே தூக்கிப் போட்டிருக்கிறார்கள். மெர்சிடிசுக்குச் சொந்தமான எல்லாம் போய்விட்டன. கூடத்தின் நடுவே மிகப்பெரிய வெற்றிடம் இருந்தது. எனக்குள் இருக்கும் வெற்றிடம்போல.

அடுத்துவந்த சில நாட்கள், தெருவில் யாரும் இல்லாத நேரமாகப் பார்த்து நான் வெளியே போய்வந்தேன், அல்லது பின்வழியாகப் போய்வந்தேன். அப்போது மீடியாக்கள் இல்லாததால், யாருக்கும் எதுவும் தெரியவில்லை. அப்படியே எவரேனும் நாங்கள் வீட்டில் இல்லாததைக் கவனித்திருந்தாலும், நாங்கள் எங்கோ சென்றிருக்கிறோம் என்றுதான் நினைத்திருப்பார்கள். அது வழக்கமானதும்தான்.

ஏடிஎம்மில் என் கார்டைச் செருகுவதற்கு முன் ஒருமுறை என் பின்னால் திரும்பிப் பார்த்துக்கொண்டேன். கார்டு வேலை செய்தது. என் கணக்கை யாரும் முடக்கவில்லை. ஒரு தொகுப்பில் இருந்த சில காதல் கவிதைகளுக்காகவும் ஒரு கவிதை இதழில் வெளியான கவிதைகளுக்காகவும் என இருமுறை பணம் வந்திருந்தது. இதைத்தவிரப் பெரிதாய் ஒன்றும் பரிவர்த்தனைகள் இல்லை.

என் ஜன்னலுக்கு வெளியே தெரிந்த நகரம், ஒருகாலத்தில் எனக்கு வீடாக இருந்தது, இப்போது அச்சுறுத்துவதாக மாறியிருந்தது. சுவர்மீது வேகமாக நகர்ந்துவரும் நிழல்கள் கதவை உடைத்துத் திறக்கின்றன. எங்கள் படுக்கைகளில் நாங்கள் பாதுகாப்பாக இருப்பதாகவும், எங்களுடைய படுமோசமான அச்சங்கள் அரங்கேறவே போவதில்லை எனவும் நான் நம்பியிருந்தேன். போர்வைகளுக்குள் நான் அழுகிறேன், ஓலமிடுகிறேன். மெர்சிடிசின் கரங்களுக்காக அழுகிறேன். பிரியாவின் உடல்கதகதப்புக்காக அழுகிறேன். என் துக்கமெல்லாம் சேர்ந்து என்னை நெரித்தது. நான் யாராக இருந்தேன், நான் என்னவாக இருந்திருப்பேன் என்பதை மறந்துபோகிறேன். ஒவ்வொருமுறை நான் வீட்டை விட்டுக் கிளம்பும்போதும், பரிதாபமும் பாழுணர்ச்சியும் கொண்டாட்டத்தில் இருப்பதைப்போலத் தெருக்கள் விரக்தியால் நிரம்பியிருக்கும். தோட்டத்திலோ பாறைகள் தினமும் ஒப்பாரி வைக்கின்றன. உலகம் சந்தோஷமான இடம் என்று நான் நினைத்திருந்தேன், ஆனால் நாகரிகம் வந்து அனைத்துச் சந்தோஷங்களையும் அழித்துவிட்டது. எதிர்காலத்தை எண்ணி நான் ஓலமிடுகிறேன், கதறி அழுகிறேன்.

ஒருநாள் நான் தூக்கத்தில் இருந்து அலறிக்கொண்டு எழுந்தேன். அவர்கள் மெர்சிடிசைக் கொல்லப்போகிறார்கள், மீண்டும் கொல்லப்போகிறார்கள். அவள் அலறுகிறாள். நான் அலறுகிறேன். செத்துக்கொண்டிருக்கும் ஒரு நாயின் ஊளை எனக்குக் கேட்கிறது. இரைச்சல்களுக்கு இடையே துப்பாக்கி வெடியோசை எழுகிறது.

இறுதியாக, நான் ஜோஸைத் தொலைபேசியில் அழைத்தேன். விசித்திரம், நான் என்னுடைய நண்பர்களில் யாராவது ஒருவரை அழைத்திருப்பேன் என நினைத்திருப்பீர்கள், ஆனால் என்னிடமிருந்து எதையும் எதிர்பார்க்காத, என்னிடமிருந்து தொலைவில் இருக்கிற ஒருவரை நான் தொடர்புகொள்ள விரும்பினேன். அவன் என்னைக் காண வந்தான். சாவி நாங்கள் வழக்கமாய் ஒளித்துவைக்கும் இடத்தில் – அவனுக்கும் அது தெரியும் – இருந்தே எடுத்துக்கொண்டான்.

அப்போதுதான் அவன் என்னிடம் சொன்னான்; மெர்சிடிஸ் உயிரோடுதான் இருக்கிறாள் என்பதைச் சொன்னான்.

எனதன்பு காதலி மெர்சிடிஸ்,

நீ செத்துவிட்டாய் என்று நினைத்துவிட்டேன். ஆனால் அவர்கள் – உன் அம்மாவும், உன் சகோதரனும் – சொன்னார்கள் நீ சாகவில்லை என்று. எப்படியோ நீ அந்த இரவில் பிழைத்துக்கொண்டாய் என்று. எப்படி என்று எனக்குத் தெரியவில்லை, நீ விழுவதை நான் பார்த்தேன். நீ விழுவதை நான் பார்த்தேன், ஆகவேதான் நீ செத்துவிட்டாய் என்று நம்பிவிட்டேன். அவ்வளவு உறுதியாக நம்பினேன்; அதனால்தான் அவர்கள் என்னை விசாரணை செய்யும்போதெல்லாம் நீ உயிரோடில்லை என்ற ஒன்றுமட்டும் எனக்குள் பதிந்துபோயிருந்தது. உன் இழப்பின் வலி கடுமையாக இருந்தது.

நான் வெளியே வந்து சில மாதங்கள் ஆகின்றன. பெரும்பாலான நேரம் சுற்றி நடப்பவை பற்றிய உணர்வே இல்லாமல் இருந்தேன். நாட்களை, வாரங்களைத் தொலைத்தேன் – நினைவின் அடுக்குகள் துண்டு துண்டு களாகின. அவர்கள் எனக்குச் செய்தவை என்னைத் திகில் உணர்விலேயே தொடர்ந்து வைத்துக்கொண்டிருக்கின்றன. அவற்றை மறந்துவிட வேண்டுமெனும் ஏக்கத்திற்கும், அவற்றை ஆவணப்படுத்த ஒரு வழியைக் கண்டுபிடிக்க வேண்டும் என்பதற்குமிடையில் நான் பரிதவித்துக்கொண்டிருக்கிறேன்.

ஆனால் இப்போது உனக்கு நான் எழுத அது காரணமல்ல. எனக்கு உன்னோடு நிறையப் பேச வேண்டும். அதனால் இதை எழுதுகிறேன். மற்ற எல்லாக் கதவுகளும் அடைத்திருக்கின்றன.

உன்னுடைய அம்மா – உன்னைக் காபந்து செய்கிறார் எனப் புரிகிறது – உனக்கு என்னைப் பார்க்க விருப்பமில்லை என்று கூறுகிறார். உனக்கு வந்த பிரச்சினைகளுக்கெல்லாம் நான்தான் காரணமென அவர் கூறுகிறார். இதைக் கூறுவது அவரா அல்லது நீயா? எனக்குத் தெரியவில்லை. எது உண்மை என்று எனக்குத் தெரிய வேண்டும்.

எனவே நீ இந்தக் கடிதத்தைப் படிப்பாய் என்ற நம்பிக்கையுடன் எழுத ஆரம்பிக்கிறேன். உடனடியாக இல்லாவிட்டாலும் நீ எப்போது தயாரோ அப்போது படிப்பாய் என்ற நம்பிக்கையுடன். நடந்ததை உன்னிடம் கூற விரும்புகிறேன், ஒவ்வொரு நிமிடமும் என்ன நடந்தது என்று

சொல்லப்போவதில்லை; என்றாலும் பிற்காலத்தில் இதைப்பற்றியெல்லாம் நான் எழுதும்போது அதன் பின்னணியை நீ தெரிந்துகொள்வதற்காகக் கொஞ்சம் பரவலாகக் கூற விரும்புகிறேன். அவர்கள் என்னை எப்படியெல்லாம் துண்டாடினார்கள், என் மனதின் மிக அந்தரங்கமான இடங்களுக்குள் எப்படியெல்லாம் புகுந்தார்கள் என்பதை. நீ இதைப் புரிந்துகொள்ள வேண்டும். நான் உன்னிடம் பேசியே ஆகவேண்டும்.

கைது நடவடிக்கையின் – உன் விஷயத்தில், துப்பாக்கிச்சூட்டின் – ஒரு வாரத்திற்கு முன்பு நாம் பதட்டமாக இருந்தது உனக்கு நினைவிருக்கும். நமது பொதுப் போராட்டத்திற்கு எவருமே எதிர்வினை புரியாததால் நமக்கு என்ன செய்வதெனத் தெரியவில்லை. செய்தித்தாளில் அதைப்பற்றிக் கோபம் கொப்பளிக்கும் ஒரேயொரு கடிதமோ, தொலைக்காட்சியிலோ வானொலியிலோ ஒரேயொரு அறிக்கையோகூட வரவில்லை. விசித்திரம். நானறிந்த வரையில், லாம்டா குழுவில் நாம் எழுதிய விஷயங்கள் மட்டுமே. நமக்கு இது புதிராக இருந்தது, ஆனால் இதுவொரு யுக்தி என நமக்குத் தெரியவில்லை. சத்தத்தை அடக்கும் யுக்தி. இல்லையென்றால் நம் போராட்டங்களை எப்படி வாய்மூடி வைப்பது?

அதன்பிறகு அந்த இரவு வந்தது – என்னவொரு பயங்கரம்! உனக்கு என்ன நடந்தது என்று நான் அறிந்துகொள்ள விரும்புகிறேன். கிடந்து சாகட்டும் என்று உன்னை அப்படியே விட்டுவிட்டார்களா? அப்படித்தான் செய்திருப்பார்கள். நீ குண்டுக்குப் பலியாகிவிட்டாய் என்று என்னை மாதிரியே அவர்களும் நினைத்திருப்பார்கள். ஆனால் உனக்கோ என்னைப்போல் அல்லாமல் நெருக்கமாய்ப் பிணைந்த குடும்பம் இருந்தது, எனவே அவர்கள் வழக்கம்போல் மறுநாள் காலை உன்னைக் காண – ஏதாவது அற்பக் குடும்பச்செய்தியைப் பகிர்ந்துகொள்வதற்காக இருக்கலாமென நினைக்கிறேன் – வந்திருப்பார்கள். அது உன் உயிரைக் காப்பாற்றிவிட்டது. உன் குடும்பத்துக்கு அரசாங்கத்திற்கு எதிராக இயங்கிய வரலாறு இருக்கிறது; எனவே இதற்கெல்லாம் என் குடும்பத்தைக் காட்டிலும் அது தயாராகவே இருந்தது. உன் குடும்பத்தார் நீ இறந்துவிட்டதாக அறிவித்தார்கள். என்னவொரு புத்திசாலித்தனம். அதை நிரூபிக்க இறப்புச்சான்றிதழையும் வைத்திருந்தார்கள். அதை யார் எழுதியிருப்பார்கள் என்று எனக்குத் தெரியும். உன்னை ஊரறியச் சவ அடக்கம் செய்தார்கள், இதற்கிடையில் நீ எங்கோ உன் நண்பர்கள் துணையுடன் குணமடைந்துகொண்டிருந்தாய். உன் தொடர்புகள் அளவுக்கு விஷயங்களைப் படுநாசூக்காகச் செய்பவர்கள் எனக்குத் தெரிந்து யாருமில்லை.

இப்போது நீ யாராக இருக்கிறாய் மெர்சிடிஸ்?

தேசி

மெர்சிடிஸ் இன்னும் உயிரோடு இருக்கிறாரா? போட்டோக்களில் இருந்து எதுவும் தென்படாததால் நான் பெட்டிகளைக் குடைந்து சில பிலிம் சுருள்களைக் கண்டெடுத்தேன். சினிமாக்கூடத்தில் இருந்த சிலரைப் பிடித்தேன், அங்கிருந்த பழைய சாதனத்தைப் பயன்படுத்திக் கொள்ள அவர்களிடம் கெஞ்சினேன். "என்னுடைய ஆய்வுக்கட்டுரைக்குத் தேவைப்படுகிறது" என்றேன். நான் சொன்னதைச் சரிபார்த்துவிட்டு எனக்காக நேரம் ஒதுக்கித் தந்தார்கள்.

ஒரு பிலிம்மீது 76 எனக் குறிப்பிட்டிருந்தது. அது சூப்பர் 8 பிலிம். அதுவொரு குறும்படம். அதாவது ரொம்பவும் சின்னது. முப்பது நொடிகள் ஓடிய அந்தக் குறும்படத்தில் கேத் வாய்நிறையச் சிரித்தபடி ஒரு பாதையில் ஓடுகிறார், ஸ்லோ மோஷனில்.

இது அவரது ஆரம்பகட்டப் பரிசோதனை முயற்சி என நினைக்கிறேன், அந்த பிலிமின் கதாபாத்திரம் கேத் என்பதால் அதை அத்தோடு முடித்திருக்கிறார்.

அடுத்த பிலிம்மில் இரண்டு பெண்கள் இருந்தார்கள். ஒருவர் கேத். மற்றொருவர்தான் மெர்சிடிசாக இருக்க வேண்டும். அவர்கள் முத்தமிட்டுக்கொண்டிருந்தார்கள். பிலிம் ஒன்றில் இரு பெண்கள் முத்தமிட்டுக்கொள்ளும் காட்சி அக்காலத்தில் சகஜமொன்றுமில்லை. மெர்சிடிஸ் திரும்புகிறார், கேமரா முழுதும் அவர் முகம் தெரிகிறது. திடீரென அது நின்றுபோனது.

கடைசிக் காட்சிகளை மீண்டும் ஓட்டச் சொன்னேன். மெர்சிடிசைக் கவனமாகப் பார்த்தேன்.

"இதைப் அச்சுப்பிரதி ஆக்கித் தர முடியுமா?" எனக் கேட்டேன்.

அச்சுப்பிரதியை எடுத்துக்கொண்டு வீட்டிற்குச் சென்றேன், பாப்லோவின் வீட்டின் வெளியே ஒரு பெண்மணியும் சிறுமியும் நின்றுகொண்டிருந்த போட்டோவுடன் இதை ஒப்பிட்டுப் பார்க்க.

நீ உயிருடன் இருப்பதை என்னிடம் உன் தாயார் சொல்லவில்லை, உன் தம்பிதான் சொன்னான். நீ உயிருடன் இருக்கும்போதே நீ இறந்துவிட்டதாக நினைத்து நான் மறுகுவதைத் தனக்குக் காணச் சகிக்கவில்லை என்றான் அவன். அங்கே கொஞ்சம் இங்கே கொஞ்சமாகச் சொன்னானே தவிர, நீ எங்கிருக்கிறாய் என்பதையோ, என்ன பெயரில் இருக்கிறாய் என்பதையோ தன்னால் சொல்ல முடியாது என்று சொல்லிவிட்டான். இந்தத் துணுக்குகளுக்காக ஜோஸிற்கு நான் நன்றிக்கடன்பட்டுள்ளேன், ஆனால் இவை மட்டுமே எனக்குப் போதாது. சாவதா, சாகாமல் இருப்பதா – இதில் என்ன இருக்கிறது? நான் செத்துவிட்டேன், சாகாமலும் இருக்கிறேன். மீண்டும் மீண்டும் செத்துக்கொண்டே இருக்கிறேன். நீ செத்துவிட்டாய் என நினைத்ததால் நான் செத்தேன். அவர்கள் எனக்கு செய்த கொடுமையால் நான் செத்தேன். சொல்லாமல் விட்ட விஷயங்களால் நான் செத்தேன். எனக்குத் தெரியாதவற்றுக்காக. நான் செத்தேன், செத்தேன், செத்தேன்.

தேசி

இதை ஏற்றுக்கொள்ளக் கஷ்டமாக இருக்கிறது. இது எனக்குப் புரியவுமில்லை. அவர்களின் மாறுபட்ட வரலாறுகளைத் தவிர. கேத்தைப் பொறுத்தமட்டில், இப்போதைக்கு இதுதான் அவரது பீதி, அவர் விடுதலையாக விரும்பினார். மெர்சிடிஸ் அவரை விடுவிப்பார் என எண்ணினார்.

ஆனால் இது இன்னும் முடிவடையவில்லை என்பதை மெர்சிடிசும் அவரது தாயாரும் அறிந்திருந்தார்கள். அது சிலியில் வருடக்கணக்காக நடந்துகொண்டிருந்தது. அவர்கள் ஆட்களை விடுதலை செய்தார்கள், மீண்டும் கைது செய்தார்கள். விடுதலை செய்யப்பட்டவர்கள் மூலம் அடுத்தவர்கள் சிக்கினார்கள். ஜோஸுக்கு ஆபத்தில்லை. அவன் ரொம்பவும் கட்டுப்பெட்டி, இளையவன், மெர்சிடிசைப்போலத் தீவிர அரசியல் ஆர்வங்கள் இல்லாதவன்.

நீ என்னைப் பார்க்க மறுப்பதை நினைத்து நான் ரொம்பவும் கோபமாய் இருக்கிறேன். எனவே நீ எனக்குக் கிட்டத்தட்டச் செத்துவிட்டாய்! அதனால் என்ன?

தேசி

நான் அவரைக் கண்டுபிடித்துவிட்டேன். அது ஒரு விதத்தில் தற்செயலாக நடந்தது, ஒருவிதத்தில் சொல்லிவைத்து நடந்ததுபோலவும்தான். நகரத்தின் கூட்டமில்லாத பகுதியில் அமைந்திருந்த காலி காபிக்கடையில் நான் அவரைச் சந்தித்தேன். உயரமாய், ஒல்லியாய், ஓரளவு மெர்சிடிசைப் போலவே இருந்தார்.

என்னோடு சில பொருட்களைக்கொண்டு சென்றிருந்தேன். குறும்படத்திலிருந்து எடுத்த புகைப்படப் பிரதியையும் அதிலிருப்பவர் மெர்சிடிஸ்தானா என்று எனக்கு ஊர்ஜிதப் படுத்திக்கொள்ள வேண்டும். ஆம், அவர்தான்.

பிறகு பாப்லோவின் வீட்டெதிரே எடுக்கப்பட்ட புகைப்படத்தையும் வெளியே எடுத்தேன்.

“இது விஷயமாக நிறைய வேலை பார்த்திருக்கிறாய் போலிருக்கிறதே” என்றார் அவர், வல்பரிசோவில் இருந்த நெருதாவின் வீடுதானே அதுவெனக் கேட்டேன். ஆம் என்று தலையாட்டினார்.

“அந்த இளம்பெண் மெர்சிடிசா?”

மீண்டும் தலையாட்டினார்.

“அந்தப் பெண். உங்கள் தாயாரா?”

“இல்லை, அவர் எனது சித்தி கார்மென்.” அவர் சோகமானார். “நான் அவரைச் சந்தித்ததே இல்லை. ஆனால் அவர் மெர்சிடிசுக்கு மிகப் பிடித்த சித்தி.”

“நெருதாவின் சாவுக்குப் பிறகு, அவருடன் தொடர்பிலிருந்த அனைவருக்கும் ஒரே பீதி. அவ்வளவு துணிகரமாக அவர்களால் அவரைக் கொல்ல முடிந்ததென்றால், தாங்களெல்லாம் எம்மாத்திரம் என நினைத்தார்கள். எங்கள் குடும்பத்தினர் திட்டங்கள் தீட்டினர். ஆனால் அவர்கள் அனுபவமற்றவர்கள். திகில் சூழும்போது என்ன செய்வதெனத் தெரியாதவர்கள்.”

"பிறகு?"

"எங்கு செல்வதெனத் தீர்மானிப்பது கடினமாக இருந்தது. அப்படித்தான் என் தாயார் கூறினார். அங்கிருந்து தப்பிக்க வடக்கை நோக்கி முதலில் சாலை மார்க்கமாகவும், பிறகு படகிலும் செல்ல வழிகண்டார்கள். அங்கிருந்து எங்கு செல்வதென்பதைப் பிறகு முடிவுசெய்து கொள்ளலாம் என்று அவர் சொன்னார்."

"ஆஸ்திரேலியாவிற்கு ஏன்?"

"அங்கு பாதுகாப்பாக இருக்கலாமென்று தோன்றியது. 1975இன் முற்பகுதி. அப்போது அங்கு இடதுசாரி அரசின் ஆட்சி. குடும்பத்தினர் தப்பித்துச் செல்லச் சில நாட்களே இருந்தபோது, கார்மெனைத் தெருவில் வைத்துப் பிடித்துவிட்டார்கள். அவர் தனது நண்பர்களைச் சந்திக்கப் போய்க்கொண்டிருந்தார் போலிருக்கிறது. அரசியல் நண்பர்கள். தாங்கள் பயந்துபோனதாக என் தாயார் கூறினார். வேறு யாரையெல்லாம் அவர்கள் பிடித்துச் செல்லப் போகிறார்களோ? மீதியிருக்கும் குடும்பத்தினரையுமோ? எனவே கார்மென் விடுதலையாகிவிடுவார், குடும்பத்தார் எங்கிருந்தாலும் அங்கு அவரைக் கொண்டுவந்து சேர்ப்பித்துவிடுவார்கள் எனும் நம்பிக்கையுடன் அவர்கள் அங்கிருந்து கிளம்பிவிட்டார்கள்."

"ஆனால் அவர் திரும்பி வரவேயில்லையா?"

"இல்லை, வரவேயில்லை. காணாமல்போனவர்களில் அவரும் ஒருவர்."

தேசி

செய்தித்தாள் துண்டு ஒன்று. சின்னஞ்சிறு சதுரத் துண்டு, கடைசிப் பெட்டியின் மூலையில் கசங்கிக் கிடந்ததால் அதைக் கவனிக்காமல் விட்டிருக்கிறேன். தேதி குறிப்பிடப்படவில்லை.

மர்மக் கொலை

புருன்ஸ்விக். இருநாட்களுக்கு முன் ஒரு பெண் அவளது நாயுடன் கொல்லப்பட்டுக் கிடந்தாள். இரண்டாவது பெண்ணைக் காணவில்லை. இறந்த பெண்ணைப் பற்றிக் காணாமல்போன பெண்ணிடம் விசாரிக்க போலீசார் முயற்சி. வெளியாட்கள் வீட்டுக்குள் புகுந்திருக்கலாம் எனச் சந்தேகிக்கப்படுகிறது. சம்பந்தப்பட்டவர்களின் பெயர்கள் இன்னும் வெளியிடப்படவில்லை.

நேற்று உன்னிடம் அப்படிக் கோபப்பட்டதற்காக மன்னித்துவிடு. இருந்தாலும் என் உணர்வுகளை வடிகட்டாமல் அப்படியேதான் இந்தக் கடிதத்தில் சொல்லப்போகிறேன். நீ அனைத்தையும் தெரிந்துகொள்வதுதான் நல்லது என்று நினைக்கிறேன், நீ தெரிந்துகொள்ள விரும்பாத விஷயங்களையும் கூட.

என்னுயிர்க் காதலியே, உனக்கு நினைவிருக்கிறதா? காரணமேயில்லாமல் நாம் சிரித்து மகிழ்ந்த காலங்களின் நினைவுகள் எனக்குள் மங்கலாக இருக்கின்றன. நாம் சிரித்தோம். உரக்கச் சிரித்தோம். வேடிக்கையான, மிகுந்த கவனம் தேவைப்படாதவற்றுக்கெல்லாம் ஏதோ ஒருவிதச் சந்தோஷத்தில் தலை குலுங்கக் குலுங்கச் சிரித்தோம். உன்னுடைய குடும்பத்தார் பாதுகாத்துவந்த ரகசியங்களில் அதுவும் ஒன்றோ என எனக்கு இப்போது தோன்றுகிறது. மிகப்பெரியஏதோவொன்றின்இடையேதோன்றும்குறுகியகால விஷயம்தான் நானா? எப்போதாவது நான் சொல்வதை ஒரு பொருட்டாக எடுத்திருக்கிறாயா? சரிதான், இப்போது உன்னால் எடுத்துக்கொள்ள முடியும். எனக்கு உண்டான காயங்களையும், கண்ணுக்குத் தெரியும் என் தழும்புகளையும், அவ்வளவாக வெளிப்பார்வைக்குத் தெரியாதவற்றையும் சேர்த்தே உனக்குக் காட்சிப்படுத்தப்போகிறேன். நிஜமென நம்புவதற்கு இவைதான் தேவைப்படுகிறதா? உன்னால் என்னை வெறுக்க முடிகிறதா? இதோடு எங்கே போவது என்றும் எனக்குத் தெரியவில்லை. உனது பதிலுக்காகக் காத்திருப்பேன். எவ்வளவு காலம்? நிச்சயமின்மை என்னைச் சூறையாடுகிறது.

உனக்கும் உன் குடும்பத்தாருக்கும் தெரியும், அதிர்ச்சியைப் போலவே துக்கமும் உன்னுடன் நிரந்தரமாகத் தங்கிவிட்டது. நீ என்னவாக இருக்கிறாயோ அதோடு அது பின்னிப் பிணைந்துவிட்டது.

தேசி

ஜோஸிடம் கேத், மெர்சிடிஸ் பற்றிக் கேட்க வேண்டும், ஆனால் எப்படி என்றுதான் தெரியவில்லை.

"எனக்கு இது தெரிய வேண்டும். என்னுடைய ஆய்வுக்காக. தனிப்பட்ட முறையில் எனக்கும்தான்" என்றேன்.

"கேத்தும் மெர்சிடிஸும் மீண்டும் சந்தித்துக் கொண்டார்களா?"

அவர் மௌனமாக இருந்தார். ஒரு வாய் எடுத்துப் போட்டுக்கொண்டு, மீண்டும் நிதானித்து, கொஞ்சம் தண்ணீர் குடித்தார்.

"ஆமாம், மிக நீண்ட காலத்துக்குப் பிறகு."

நானும் ஜோஸும் பேசினோம், பேசினோம், பேசிக் கொண்டே இருந்தோம். அவர்கள் வெளிநாட்டில் சந்தித்துக் கொண்டார்கள். ஒருவர் மாட்ரிட்டுக்குப் பறந்தார்; மற்றவர் ஏதென்ஸுக்கு. வேறுவேறு விமானங்களில், வேறுவேறு தேதிகளில். மெர்சிடிஸிக்கு இப்போது அவரது புதிய அடையாளம் பழகிவிட்டது. அவரது பாஸ்போர்ட் இந்தப் புதிய பெயரில்தான் இருந்தது. எல்லையில் வைத்து கேத் தனது சொந்தங்களைப் பார்க்கப் போய்க்கொண்டிருப்பதாகச் சொன்னார். அதன்பிறகு அவர்கள் ஒரு வாரம் ரோமில் கழித்தார்கள். பேச்சு பேச்சு பேச்சு. கேத் அவருக்குப் பிடித்த கலைப்பொருள்களையும் இடங்களையும் காண்பித்தார். அவர் மெர்சிடிஸை உம்பிரியாவிலுள்ள தாரோ கார்டனில், நிக்கி தே செயிண்டே ஃபாலே வடிவமைத்த, பிரம்மாண்ட தாரே சில்லுகளாலான சிற்பங்களைப் பார்க்க அழைத்துச் சென்றார். உருவத்தைக் கலைத்துக் காட்டும் கண்ணாடிகளில் தாங்கள் எப்படித் தெரிகிறோம் என்று பார்த்து வேடிக்கை செய்துகொண்டார்கள். அந்தப் பூங்காவில் எடுத்த ஒரு

புகைப்படம் இருப்பதாக ஜோஸ் சொன்னார். ஒரு வாரத்துக்குப் பிறகு அவர்கள் மீண்டும் பிரிந்தார்கள். அந்த வாரத்தில் ஒரு நாள் அவர்கள் ஓர் ஒப்பந்தம் செய்துகொண்டார்கள். தாங்கள் இருவரும் மீண்டும் பார்ப்போம் என்று அவர்கள் நினைத்திருக்க வேண்டும். ஏதாவது பெரிய மாற்றங்களிலிருந்தால் அடுத்தது எங்கே சந்தித்துக்கொள்வது என்பதைத் தீர்மானித்துக்கொள்ளலாம் என்று யோசித்தார்கள். எனக்குத் தெரிந்தவரையில், விஷயங்களில் பெரிய மாற்றங்கள் வருவதற்கு முன்பே கேத் இறந்துபோனார்.

"மெர்சிடிஸ்?"

"நான் அவரிடம் அவரது நிகழ்கால வாழ்க்கையைப்பற்றிச் சொல்ல மாட்டேன் என்று வாக்குக் கொடுத்திருக்கிறேன். கடந்தகாலத்தைப்பற்றி மட்டும்தான் சொல்லுவேன்."

இந்தப் பேச்சுக்குப் பிறகு, அவர்கள் இருவரின் உறவையும் இழப்பையும்பற்றி யோசித்து யோசித்து என்னால் உறங்க முடியவில்லை. கேத்தைப் பொறுத்தவரையில், சித்திரவதைப் பயங்கரங்கள்; அவரால் அதிலிருந்து மீளவே முடியாமல் போனதும் இழப்புதான். மெர்சிடிஸுக்கும் ஒரு பெரிய இழப்பு. அவர் ஆஸ்திரேலியாவில் ஏற்படுத்திக்கொண்ட சினேகிதர்கள் எல்லோரையும் இழந்துபோய், குடும்பத்தோடு முடங்கிவிட்டார். அதிகாரப்பூர்வமாக அவர் இறந்துவிட்டவர்தானே. குடும்பத்தினர்மீது எவ்வளவுதான் அன்பு செலுத்தினாலும், அவருக்கு அவரது தலைமுறையைச் சேர்ந்த சினேகிதிகள், காதலிகள், துணைகள் வேண்டும்தானே. எல்லோரும் போய்விட்டார்கள்.

எட்ரோஸ்கன் அருங்காட்சியகத்தில் நாம் சந்திக்கிறோம். முதலில் நான் உன்னைப் பார்க்கவில்லை; ஏனென்றால், என்னை நோக்கி நடந்துவரும் நபர் உன்னைப் போல நடக்கவில்லை. நீ ஒருபோதும் இழுத்து இழுத்து நொண்டி நடக்கமாட்டாய். அதன்பிறகுதான் நான் கண்டுபிடித்தேன். நான் ஸ்தம்பித்து நின்றுவிட்டேன்; ஒருவரையொருவர் மெல்ல அணுகினோம். சித்திரவதை எனக்குக் கற்பித்ததென்று ஏதாவது இருக்குமானால் அது பொறுமைதான்.

பரஸ்பரம் பார்த்தபடி நின்றோம்; பின்னர் ஒருவரை யொருவர் பிடித்துக்கொண்டோம். உனக்கு வார்த்தை வர ரொம்ப நேரம் எடுத்தது.

“இப்படியெல்லாம் நடக்காமலிருந்திருக்கக் கூடாதா?”

நான் தலையை அசைத்தேன்.

எட்ரோஸ்கனில் புராதனகாலப் பொருட்களைப் பார்த்தபடியே சுற்றி நடந்தோம். ஒரு கண்ணாடிப் பெட்டியில் அழகான ஓர் ஆட்டின் தலையிருந்தது. எட்ரோஸ்கன்களுக்கு உண்மையிலேயே அவர்களின் ஆடுகளைத் தெரிந்திருந்தது. அவை பிரிட்டனின் லிசெஸ்டர் ஆடுகளைப்போல இருந்தன. மூக்கு மட்டும் ரோமானிய மூக்கு.

நாங்கள் கிளம்பியபோது, நான் இதுவரையில் பார்த்தவற்றிலேயே மிகவும் வினோதமான ஒரு பொருளைப் பார்த்தேன். தூ யூடேரி என்று பெயர் ஒட்டப்பட்டிருந்தது. நான் மீண்டும் அதைப் பார்த்தேன். அவை கடல்சங்குகள்போல இருந்தன. ஒரு ஜதைக்கு அடுத்தாற்போல மற்றொரு ஜதை, அப்புறம் மற்றொன்று என்று வந்துகொண்டே இருந்தது. ஒவ்வொரு யூட்டிரஸும் மரத்தின் தண்டிலிருக்கும் வளையங்களைப்போல இருந்தன. நீள்வட்டமாகக்கூட ஒன்று இருந்தது. நாங்கள் இருவரும் சிரித்தோம். சிரித்தபடியே ஒருவரையொருவர் பற்றிக்கொண்டோம்; பித்துப் பிடித்ததுபோலப் பற்றிக்கொண்டோம். கண்ணில் நீர் வரும்வரை சிரித்தோம். கன்னங்களில் நீர்வழிய அருங்காட்சியகத்திலிருந்து கிளம்புகிறோம். இழப்பினதும் காதலினதும் கண்ணீர்; அதிகமும் இழப்புக்காக. நாம் இழந்த அனைத்து நாட்களுக்காகவும். நமக்கு வந்த கோபத்தைக் கண்ணீர்த் துளிகள் அடித்துச் சென்றுவிடுகின்றன.

அருங்காட்சியகம் சுற்றிப் பார்த்து முடிந்ததும், அதன் பின்வாசல் வழியாக காபி ஷாப்புக்குப் போய் அப்படியே வில்லா போர்ஹேசுக்குச் செல்லத் தலைப்படுகிறோம். கொஞ்சம் நடக்க வேண்டும்; ரோமில் அப்படித்தான் செய்ய முடியும். இடுப்பொடிந்திருந்தாலும் சரிதான். நாம் பேசிக்கொள்கிறோம். நடந்தவற்றில் சிலதை உன்னிடம் சொல்கிறேன். நீ படிப்பதற்காகச் சில பக்கங்களையும் தருகிறேன். அவற்றை உன் பையில் திணித்துக்கொள்கிறாய்.

"நீ ஏன் நொண்டுகிறாய்?"

"குண்டு என் இடுப்பில் பாய்ந்துவிட்டது. எங்கள் இனத்தைச் சேர்ந்த ஒரு மருத்துவர் உதவிக்கு வந்தார்; அவரால் எவ்வளவு முடியுமோ அதைச் செய்தார். என்னதான் அவர் செய்தாலும் எல்லாவற்றிற்கும் ஒரு வரம்பிருக்கிறதல்லவா? அது சரியாக ஆறவில்லை. சில நேரம் பஸ்களில் மக்கள் எனக்கு இடம்கொடுத்து அவர்கள் நிற்பார்கள்."

நாங்கள் ஒரே இடத்தில் தங்கவில்லை; ஆனால் மிகத் தொலைவிலும் இல்லை. இதனால் எங்கள் இருவருக்கும் அவரவருக்கான நேரம் கிடைத்தது; தேவை வரும்போது நேரத்தை எடுத்துக்கொள்ள முடிந்தது. ஆனால் அது அவ்வளவு சுலபமாக இல்லை. ஒரு இரவு டிரஸ்டேவெரெயில் இருக்கும் எனது சிறிய அறைக்கு வருகிறாய். தங்குகிறாய். நாம் பரஸ்பரம் கைகோர்த்துக்கொண்டோம்,இனிப் பிரியப் போவதில்லை என்பதைப்போல. ஜன்னலில் வெளிச்சம் மாறிமாறி உள்ளே வந்துகொண்டிருக்கும்போது நீ கைகளை நீட்டி என் உடைந்துபோன கரத்தைப் பிடித்துக்கொள்கிறாய். அந்த வெளிச்சம் சூடான ரோம் நாளின் வெம்மையைக் கொண்டுவருகிறது.

ஜோஸ் எனக்காகப் பொருட்கள் வாங்கக் கடைக்குப் போயிருக்கிறான். அவன் என்னோடு வந்து தங்கும்போதெல்லாம் இப்படி ஏதாவது எனக்கு உதவிசெய்துகொண்டிருப்பான்.

அவன் முன்வாசல் வழியாக உள்ளே நுழையும்போது க்ளியோ குரைக்கிறது. அவளுக்கு இன்னும் அவன் பழக்கமாகவில்லை. அவன் கொண்டுவந்திருக்கும் பிஸ்கோ பானத்தை பகிர்ந்துகொள்கிறோம். சூரியன் மலைத்தொடரின் மீதாக மறையத் துவங்கியிருக்கிறான்; எங்கும் ஒரே இளம்சிவப்பு, ஃப்ளமிங்கோ பறவையைப்போல.

“கேத்தின் அக்காள் மகள் தேசி என்னைக் கேள்வி கேட்டுக்கொண்டே இருக்கிறாள்” அவன் தொடங்கினான்.” “கேத் அவரது காகிதங்களையும் வீட்டையும் அவளுக்கு விட்டுச் சென்றிருக்கிறார்.”

“நல்லது. அதிலொன்றும் ஆச்சரியமில்லை. ஆனால் அவளுக்கு என்ன பதில் வேண்டுமாம்?” க்ளியோ என் குரலில் தெரிந்த கடுமை கேட்டு எழுந்து நின்றது; அதன்பின் தலையை என் மடியில் வைத்துக்கொண்டது.

“மெர்சி, எனக்கு அதுவும் நல்ல விஷயம் என்றுதான் பட்டது. நீங்கள் அந்தக் குழுவில் செய்த விஷயங்களைப்பற்றி மக்கள் நினைவு வைத்துக்கொள்ள வேண்டும் என்று கேத் விரும்பினார்.”

“நிச்சயமாக, கேத்தும் நானும் ரோமுக்குப் போனோம். மீண்டும் சந்தித்துக்கொள்வதாக ஏற்பாடும் செய்து கொண்டோம். ஆனால் அவள் இரண்டாம் முறையும் பொய்த்துப்போனாள். அது எனக்கு மீண்டும் கோபத்தை உண்டாக்குகிறது. அதேபோல, இப்போதெல்லாம் பொது வெளியில் எதுவும் செய்ய முடிவதில்லை என்பதும் உனக்குத் தெரியும். கார்மென்னையும் மற்றவர்களையும் உனக்கு நினைவு இருக்கிறதல்லவா? எல்லாம் முடிந்துவிட்டது என்றோ அல்லது தாங்கள் தப்பித்துவிட்டோம் என்றோ நினைத்திருந்தவர்கள் அவர்கள்.”

“தேசி சில விஷயங்களைக் கண்டுபிடித்திருக்கிறாள். எனக்கும் அவளுக்கு உதவி செய்ய விருப்பம்தான். அவள் இனிமையான குட்டிப் பெண். வாவ், ஆனால் சில நேரங்களில் அவளது ஆர்வத்தைப் பார்க்க வேண்டுமே.”

“கேத்தும் ஓரிரு முறை தேசியைப்பற்றிச் சொல்லியிருக்கிறாள். ஆனால் எல்லாம் போகிறபோக்கில் சொன்னதுதான். அவளுக்குப் புற்றுநோய் இருப்பது கண்டுபிடிக்கப்பட்டதை அப்போது அவள் என்னிடம் சொல்லவேயில்லை. மீண்டும் சந்திப்போம் என்று நான் எதிர்பார்த்திருந்தேன். ஆனால் காலம் கடந்திருந்தது. வாழ்க்கை ரொம்பக் கடினமாக இருக்கிறது. நான் தேசிக்கு எப்படி உதவ முடியும் என்று எனக்குத் தோன்றவில்லை. அவளாகத்தான் கண்டுபிடித்துக்கொள்ள வேண்டும்.” க்ளியோவின் காதுகளைத் தடவிக்கொடுத்தபடியே என்னருகில் வைத்துக்கொண்டேன்.

“எனக்கு அப்போது ரொம்பச் சின்ன வயது. அந்த நாட்களில் எதிலெல்லாம் ஈடுபட்டிருந்தாய் என்று எனக்குத் தெரியவே தெரியாது.” ஜோஸ் நிறுத்தினான். “அவர்கள் ஏன் உங்களைத் தொடர்ந்து வந்தார்கள்?”

“சித்திரவதைகளுக்குக் காரணம் தேவையில்லை. அவர்களுக்கு எங்களைப் பீதியடையவைக்க வேண்டும் அவ்வளவுதான். கெர்ட்ரூடின் ஜெர்மானியச் சினேகிதர்களை, அவர்கள் கருத்தரிப்புத் தொழில்நுட்பம் – மரபணுப் பொறியியல் தொழிற்கூடங்களைத் தாக்கியதற்காகப் போலிஸ் திடீர்ச்சோதனை போட்டது. சோதனை போட்டது மட்டுமல்ல, அவர்கள் “தீவிரவாதிகள்” என்றும் குற்றம்சாட்டப்பட்டார்கள். கிறுக்குத்தனமாகத் தோன்றலாம்; ஆனால் அதே விஷயம்தான் இங்கேயும் நடந்தது. எங்களை “அபாயகரமான” குழுவினர் என்று தூக்கிச்சென்றார்கள். அப்படித்தான் அவர்கள் பார்த்தார்கள். எங்களில் எவரிடமும் எங்கள் மனது, எங்கள் குரல் இவற்றைத் தவிர்த்த ஆயுதங்கள் எவையும் கிடையாது. ஆண்களில் பலர் செய்தவற்றில் பாதியை நாங்கள் செய்திருந்தால் என்ன ஆயிருக்கும், கற்பனை செய்துபார். கெர்ட்ரூடின் சினேகிதிகள் யாரும் அதிகாரபூர்வமாகக் குற்றஞ்சாட்டப்படவில்லைதான். ஆனாலும் அந்த நிகழ்ச்சிக்குப் பிறகு அவர்கள் ரொம்பப் பயந்துபோய்விட்டார்கள். ஒவ்வொரு தலைமுறையிலும் அவர்கள் புதிய புதிய குழுக்களை எடுத்துக்கொள்கிறார்கள். அவர்களைப் பயங்கரவாதிகள், சமுதாயத்தோடு ஒத்தோடாதவர்கள், ஆபத்தானவர்கள் என்று அழைக்கிறார்கள். மேல்மட்டத்திலிருக்கும் மனிதர்கள் ஒரே மாதிரித்தான் இருக்கிறார்கள். கீழ்மட்டத்திலிருப்பவர்கள் அதிர்ச்சிக்குள் ளாக்கப்படுகிறார்கள்; தொடர்ந்த அதிர்ச்சிகளுக்கு. இது ஒருவிதமான சமூகக் கட்டுப்பாடு.”

“இதை நான் அவளிடம் சொல்லலாமா?”

“யா, நிச்சயமாக” அவளது குரல் மாறியது, “கேத் நம்பமுடியாத அளவுக்குத் தைரியசாலியாக இருந்தாள் என்று நான் நினைப்பதாகவும் அவளிடம் சொல்லு. நடந்ததில் சிலவற்றை அவள் என்னிடம் சொல்லியிருக்கிறாள். அவளை விடுவிப்பதற்கு முன் என்ன நடந்தது என்பதையும். இதற்காகவே நான் அவளிடம் எப்போதும் நேசத்தோடிருப்பேன். நான் இறந்துபோயிருப்பேன் என்று அவள் உண்மையிலேயே நம்பியதால் நான் பிழைத்தேன். என்னுடைய நாய்களுக்கு கேத்தின் பெயர் ஏதோ ஒருவடிவில் இட்டிருக்கிறேன் என்பதைச் சொல்லு. அவளுக்கு புராதனக் கதைகளும் கவிதைகளும் எல்லாம் பிடிக்கும். அதற்காகவும் நான் அவளை நேசித்தேன்.”

தேசி

அன்னாவும் நானும் இன்று தாவரவியல் பூங்காவுக்குப் போனோம். எவ்வளவு அமைதியான இடம். அவளிடம் சிலவற்றைச் சொல்ல வேண்டும் என்றேன். நான் எழுதியவற்றை அவள் படித்தது இல்லை; நான் அவளிடம் சில விஷயங்களைச் சொல்லியிருந்தாலும் படித்தாலே ஒழிய பொருள் விளங்காது. பெரணி தாவரப் பூங்கா வழியாக நடந்தோம். குளுமையாகவும் பசுமையாகவும் ஈரமாகவும் இருந்தது. அதன் பிறகு மேலேறி கிளைகள் அங்குமிங்குமாக இருக்கும் குரங்குப் புதிர் மரத்தைக் கடந்து, கீழிறங்கிக் கள்ளிச் செடிகளின் பூங்காவைச் சென்றடைந்தோம். அதன்பிறகு கறுப்பு வாத்துகள் சத்தமிட்டபடியிருந்த ஏரியை ஒட்டி ஸ்கோன்களும் காபியும் உண்டோம்.

“இன்று காலையில் தேர்வாளர்கள் ஒரு விஷயம் சொன்னார்கள்” என்றேன், வாய் முழுக்க ஸ்கோனும் ஜாமும் க்ரீமுமாக.

“அவர்கள் என்ன சொன்னார்கள்?”

நான் சிரித்ததில் என் வாயிலிருந்து ஒரு துண்டு ஸ்கோன் கீழே விழ, ஒரு சீகல் பறவை வேகமாக வந்து அதை கொத்திக்கொண்டு போனது.

“நான் தேர்ச்சி அடைந்துவிட்டேன்” என்றேன் வெட்கம் ததும்பிய குரலில்.

“அப்படியானால் நீ இனி முனைவர் தேசி, அப்படித் தானே?”

“இன்னுமில்லை. கேத் சொல்வதைப்போல, சித்திரவதை நமக்கு பொறுமையைக் கற்பிக்கிறது. காணாமல்போன சிறுமி பெர்சிஃபொனியாகவும் தனது பிரதியை நெய்வதும் பிரிப்பதுமாக இருக்கும் பெனிலோப்பாகவும் அரக்கி எகிட்னாவாகவும் துயரத்தில் தோய்ந்த கைனேயாகவும் இருப்பதற்கு; மத்தியகாலப் பிரதிகளில் சுற்றிக்கொண்டிருக்கும் பாம்புகளாக இருப்பதற்கும்தான்.”

அன்னா என்னைப் புதிராகப் பார்த்தாள்.

“கவலைப்படாதே, என் நாவலைப் படிக்கும்போது உனக்குப் புரியும்.”

நன்றிகள்

எனது வாழ்வின் காதல்துணையான ரெனே கிளின் இந்தப் புத்தகம் உருவாவதற்காக நான் நீண்ட உரையாடல்களையும் சிரமமான பயணங்களையும் மேற்கொண்டபோது தாங்கிநின்றாள். அவளுக்கு என் முதல் நன்றி. இதுமாதிரியான உறவில் ஒருவரிடமிருந்து எதிர்பார்ப்பதற்கும் மேலான பங்கை ரெனே எனக்களித்தாள்: படுபயங்கரமான ஒரு நிகழ்வைத் தேடிக் கண்டறிவதில் ஏற்படும் விளைவுகளை எதிர்கொண்டு வாழ்வது, கொடுமைகள் நடைபெற்ற இடங்களுக்கெல்லாம் உடன் பயணம் செய்வது, எப்போதும் எனது முதல் வாசகியாகவும் ஆகக் கறாரான விமர்சகராகவும் இருப்பது என எல்லாவற்றிலும்.

எங்களோடு வாழ்ந்து மறைந்த அனைத்து நாய்களுக்கும். குறிப்பாக எங்களை விட்டு மிகச் சீக்கிரமே சென்றுவிட்ட ஃப்ரேயாவுக்கு. இவை எங்களுக்கு எவ்வளவோ கற்றுத் தந்திருக்கின்றன.

ஓவியரும் எனது தோழியுமான சுசானே பெல்லாமிக்கு என் நன்றிகள். அவளது சித்திரத்தை* மேலட்டையாகப் பயன்படுத்தியதற்கும் அவளின் தூண்டுதலுக்கும் முப்பது ஆண்டுகளுக்கு மேலாக லெஸ்பியன் கலையாக்கத்தில் அவளது ஈடுபாட்டிற்கும்.

இந்தப் புத்தகத்தை நான் சமர்ப்பணம் செய்துள்ளவர்களில் ஒருவரான உகாண்டாவைச் சேர்ந்த லெஸ்பியன் கிறிஸ்டினா, தன் நாட்டில் லெஸ்பியனாக இருப்பதில் உள்ள அபாயங்களைப்பற்றி 2002இல் எனக்கு முன்னறிவைத் தந்தார். அவரிடமிருந்து நான் பெற்ற இந்த அறிவு, சித்திரவதை என்ற கவனிப்பாரற்ற விஷயத்தை எடுத்துக்கொள்வதற்கும், லெஸ்பியன்கள் சித்திரவதைக்குள்ளாகும்போது அதற்கு எதிராக ஏன் யாரும் குரல் கொடுப்பதில்லை என்பதை ஆராய்வதற்கும் எனக்குக் கிரியா ஊக்கியாக இருந்தது. கான்சுவெலோ ரிவெரா புயந்தசும் லிண்டா பிர்க்கும்

* மூல நூலின் அட்டை

லெஸ்பியன்கள்மீதான சித்திரவதைபற்றி மிக முக்கியமான கட்டுரை ஒன்றைப் பிரசுரித்தார்கள். அவர்களின் வீட்டுக்கு எங்களை அழைத்து உபசரித்ததோடு மேலும் பல உதவிகளை இங்கிலாந்தில் எங்களுக்குச் செய்தார்கள். கான்சுவெலோ, உன்னிடம் கேள்விகளைக் கேட்க என்னை அனுமதித்தற்கு நன்றி. ஆஸ்திரேலியாவிலுள்ள பெயர் குறிப்பிட விரும்பாதவளுக்கு(X) நன்றி. அவளின் மனவுறுதியும் நகைச்சுவையுணர்வும் எங்களுக்கு உத்வேகத்தை அளித்தன.

இவர்களோடு பின்வரும் தனிமனிதர்களும் அமைப்புகளும் பலவழிகளில் உதவினார்கள்; இவர்களுக்கெல்லாம் என் நன்றிகள்:

Estelle Disch Estelle. Marta Fontenla and Magui Bellotti. Luisa Valenzuela (Argentina)

Juan Carlos Sáez , Silvia Aguilera and Paulo Slachevsky (Chile)

Kaye Moseley, Suzanne Santoro, Robyn Arianrhod, Nelly Hearn, Vicky Black; Juan Carlos Sáez, Colleen Higgs and Candida Lacey; Renate Klein, Estelle Disch, Doris Hermanns, Coleen Clare.

All the women at Spinifex Press: Pauline, Maralann Damiano, Helen Lobato and Caitlin Roper. Deb Snibson .and Helen Christie.

Australia Council for an Arts Project Grant. Literarisches Colloquium Berlin (LCB) .

Lines quoted in the text by Gillian Hanscombe are from *Sybil: The Glide of Her Tongue*, Spinifex Press, 1992. Permission from the author.

Translations from Greek and Spanish are by Susan Hawthorne.

Parts of this manuscript were originally published in different forms on the Project 365+1 Blog during 2016 < http:// project365plus.blogspot.com.au/>. Thanks to Kit Kelen and Lizz Murphy for asking me to write a poem a day for a year and to all the participating poets who gave feedback on the work.

Other parts of the manuscript have been published in Rabbit, 2016; Read These Lips, 2008. <www.ReadTheseLips.com>; and the anthology She Rises (Vol. 2) edited by Helen Hye-Sook Hwang, Mary Anne Beavis and Nicole Shaw. Mago Books.

ஆதார நூல்கள்

இந்தப் புத்தகம் 2002இலிருந்தே உருப்பெற்று வந்தது. இதை எழுதிவரும்போது, இந்த விஷயம் குறித்து நூல் வடிவம் பெற்ற தனிப்பட்ட பதிவுகளோடு கவிதைகள், புனைவுகள் என ஏராளமாகப் படித்தேன். நாவல் எழுதுவது என்பது எப்போதுமே படைப்பாளியின் நேரடி அனுபவம் சார்ந்து மட்டுமே நிகழ்வதல்ல; என் சிந்தனையின் பெரும்பகுதியும் உலகம் முழுவதிலும் உள்ள லெஸ்பியன்களின் படைப்புகளிலிருந்து பெற்றவையே. இவர்கள் வன்முறையையும் அவமானத்தையும் அலட்சியத்தையும் அபாரமான துணிச்சலுடன் எதிர்கொண்டவர்கள். பின்வரும் ஆதார நூல்களின் துணையில்லாமல் இந்தப் புத்தகம் நிச்சயம் வெளிவந்திருக்க முடியாது:

Munú Actis, Cristina Aldini, Liliana Gardella, Miriam Lewin and Elisa Tokar. 2006. *That Inferno: Conversations of Five Women Survivors of an Argentine Torture Camp*. Foreword by Tina Rosenberg. Translated by Gretta Siebentritt. Nashville: Vanderbilt University Press.

Rita Arditti. 1999. *Searching for Life: The Grandmothers af the Plaza de Mayo and the Disappeared Children of Argentina*. Berkeley: University of California Press.

Ariel Dorfman, Salvador Allende, Pablo Neruda, Joan Jara and Beatriz Allende. 2003. *Chile: The Other September 11*. Melbourne: Ocean Press.

David Kohut and Olga Vilella. 2010. *Historical Dictionary of the "Dirty Wars"*. Lanham: The Scarecrow Press.

Michael J. Lazzara (Ed.) 2011. *Luz Arce and Pinochet's Chile: Testimony in the Aftermath of State Violence*. Foreword by Jean Franco. New York: Palgrave Macmillan.

Consuelo Rivera-Fuentes and Lynda Birke. 2001. Talking with/in pain: reflections of bodies under torture. *Women's Studies International Forum*, Vol. 24, No. 6.

Elaine Scarry. 1985. *The Body in Pain: The Making and Unmaking of the World.* Oxford: Oxford University Press.

இந்தப் படைப்பில் பிற எழுத்தாளர்கள் சிலரையும் அவர்களது படைப்புகளையும் குறிப்பிட்டிருக்கிறேன். இந்த எழுத்தாளர்களின் துணிச்சலுக்கும் கற்பனைக்கும் மனவுறுதிக்கும் நான் நன்றியுடையவள்.

2003இல் சித்திரவதைக்கு உள்ளான லெஸ்பியன்கள் குறித்து நான் பல கட்டுரைகள் எழுதியிருக்கிறேன்; பல நிகழ்வுகளில் உரை நிகழ்த்தியிருக்கிறேன்; பிரசுரமான சில கட்டுரைகள் பற்றி கீழே தந்திருக்கிறேன். பிரசுரம் ஆகாத உரைகள் இந்த இரண்டு இணையதளங்களிலும் கிடைக்கின்றன: <http://susanspoliticalblog.blogspot.com.au/> or <https:// jamescook.academia.edu/SusanHawthorne>

2005. Ancient Hatred and Its Contemporary Manifestations: The Torture of Lesbians. *The Journal of Hate Studies.* Vol. 4. 33–58. Online at <http://guweb2.gonzaga.edu/againsthate/Journal4/ 04AncientHatred.pdf>

2007. The Silences Between: Are Lesbians Irrelevant? *Journal of Inter- national Women's Studies.* Women's Bodies, Gender Analysis, and Feminist Politics at the Fórum Social Mundial. Vol 8. No 3 April, pp. 125–138. Online at <http://www.bridgew.edu/SoAS/jiws/ April07/Hawthorne1.pdf>

2011. Are All Lesbians Sex Mad? The Fight for Lesbians' Human Rights <http://radicalhub.wordpress.com/2011/08/10/are-all-lesbians- sex-mad-the-fight-for-lesbians-human-rights/#more-2347>

காலச்சுவடு பப்ளிகேஷன்ஸ் (பி) லிட்.
Published by Kalachuvadu Publications (Pvt. Ltd.),
669, K.P. Road, Nagercoil 629001, India
Phone: 91-4652-278525
e-mail: publications@kalachuvadu.com

12/2024/S.No.1122, kcp 5451, 18.6 (3) uss